ZUUKUSA,
ISIRAERI

"Enjuba erifuuka kizikiza, n'omwezi okuba omusaayi, olunaku lwa Mukama olukulu era olw'entiisa nga terunnaba kujja. Awo olulituuka buli alisaba erinnya lya Mukama alirikoka: kubanga ku lusozi Sayuuni ne mu Yerusaalemi walibaawo abo abaliwona, nga Mukama bwe yayogera, ne mu kitundu ekirifikkawo mulibaamu abo MUKAMA b'aliyita."
(Yoweeri 2:31-32)

ZUUKUSA, ISIRAERI

Dr. Jaerock Lee

ZUUKUSA, ISIRAERI kya Dr. Jaerock Lee
Kyafulumizibwa aba Urim Books (Abakulirwa: Johnny. H. Kim)
235-3, Guro-dong3, Guro-gu, Seoul Korea
www.urimbooks.com

Obuyinza bwonna tubwesigaliza. Ekitabo kino oba ebitundu byakyo tebirina kufulumizibwa nate mu ngeri yonna, oba okuterekebwa mu ngeri yonna, oba okufulumizibwa mu kika kyonna ng'okwokyesaamu, oba okunaazaamu kkoppi, awatali lukusa okuva eri abaakifulumya..

Okujjako nga kiragiddwa eby'awandiikibwa byonna bisimbuddwa mu Kitabo Ekitukuvu

Obwannannyini @ 2009 bwa Dr. Jaerock Lee
ISBN: 979-11-263-1377-8 03230
Obwannannyini ku kuvunnula @ 2008 bwa Dr. Esther K. Chung.
Ng'akkiriziddwa.

Kyasooka kufulumizibwa mu lulimi olu Korea aba Urim Books mu 2007

Kyasooka kufuluma mu gw'okubiri 2008
Ogw'okubiri mu gw'omusanvu 2008
Ogw'okusatu mu gw'omunaana 2009

Kyasunsulibwa Dr. Geumsun Vin
Kyalungiyizibwa Ekitongole ekisunsuzi ekya Urim Books
Kyakubibwa mu kyapa aba Yewon Printing Company
Ayagala okumanya ebisingawo: yita mu mukutu gwa urimbook@hotmail.com

Eby'omuwandiisi

Ku ntandikwa y'ekyasa ky'amakumi abiri, ebintu bingi ebikulu eby'abaawo mu nsi enkalu eya Palestine buli muntu gye yali tayagala kubeeramu. Abayudaaya abaali basaasaanye mu Buvanjuba bwa Bulaaya, mu Russia yonna, n'awalala wangi mu nsi baatandika okwetanira ensi eyali ejjudde amaggwa, obwavu, enjala, endwadde, n'okubonaabona.

Wadde omuwendo gw'abantu abafa gwali mungi olw'omusujja n'enjala, Abayudaaya tebalemwa kufiirwa kukkiriza kwabwe okw'amaanyi n'ebiruubirirwa wabula baatandika okuzimba kibbutz (nga kye kifo awakolerwa mu Israel, gamba nga ekkolero oba ennimiro, abakozi we babeerera awamu era ne bagabana obuvunaanyizibwa bwabwe n'ensimbi). Nga Theodor Herzl, eyatandikawo kaweefube w'okuzzaawo eggwanga ly'Abayudaaya, bwe yagamba nti, "Bw'oba okyagala, tekiba kirooto," okuzaawo kwa Isiraeri n'ekufuuka ekintu ekya ddala ekikwatikako.

Mu butuufu, okuzzaawo kwa Isiraeri kwayitibwa ekirooto ekitasoboka kutuukikako era tewali n'omu yali amaliridde kukikkiririzaamu. Wabula Abayudaaya, baatuukiriza ekirooto ekyo era olw'okuzaalibwa kw'eggwanga lya Isiraeri mu ngeri ey'ekyamagero bazzaawo eggwanga lyabwe omulundi ogusooka mu myaka nga 1,900.

Abantu b'omu Isiraeri, wadde baali bayise mu kubonaabona n'okuyigganyizibwa okwamala-ebyasa bwe baali bakyasaasaanye mu nsi ezitaali zaabwe, ne banyweza okukkiriza kwabwe, obuwangwa, olulimi era ne babeeranga nga babirongoosaangamu. Nga eggwanga lya Israel eppya litandikiddwaawo, baalima ensi enkalu eyo era essira ne baliteeka nnyo ku kuteekawo amakolero ag'enjawulo ekyasobozesa eggwanga lyabwe okutuuka ku ssa ly'ezo ez'akula edda, era be bantu abajjukirwa okuba nga bagumidde era nga bakulaakulanye wakati mu kusoomoozebwa okutaggwa n'okutiisatiisa eri ensi yaabwe ebaddde egezaako okwenyweza.

Oluvanyuma lw'okutandika kw'ekanisa ya Manmin Central Church mu 1982, Katonda ambikkulidde mu kw'olesebwa kw'Omwoyo Omutukuvu ebintu bingi ku Isiraeri kubanga okwefuga kwa Isiraeri kabonero mu biro eby'oluvanyuma era kuba kutuukiriza obunnabbi obuli mu Baibuli.

Muwulire ekigambo kya MUKAMA, mmwe amawanga, mukibuulirire ku bizinga ebiri ewala mwogere nti "Oyo eyasaasaanya Isiraeri ye alimukung'aanya, era anaamukuumanga ng'omusumba bw'akuuma ekisibo kye" (Yeremiya 31:10).

Katonda alonze abantu ba Isiraeri okusobola okulaga ekigendererwa Kye kwe Yasinziira okutonda n'okuteekateeka omuntu. Okusookera ddala, Katonda yafuula Yibulayimu "taata w'okukkiriza," era n'ateekawo Yakobo, muzukulu wa Ibulayimu, nga omutandisi wa Isiraeri, era Katonda abadde alangirira okwagala Kwe eri abazukulu ba Yakobo era ng'atuukiriza ekigendererwa ky'okuteekateeka abantu.

Isiraeri bwe yakkiririza mu kigambo kya Katonda era ne batambula nga okwagala Kwe bwe kuli mu bugonvu, yafuna ekitiibwa n'ettendo eby'amaanyi okusinga ku nsi zonna endala. Wabula bwe Yeesuula okuva ku Katonda era ne babeera bajeemu Gyali, Isiraeri yafuukanga ekyo ekibonyaabonyezebwa, omuli n'okulumbibwa okuva mu balabe baayo era abantu baayo ne bafuuka ababunzibunzi mu buli kasonda ka nsi.

Wabula, Isiraeri ne bwe yasisinkana ebizibu olw'ebibi byabwe, Katonda tabavangamu wadde okubeerabira. Isiraeri bulijjo yabeeranga eyungiddwa ku Katonda okuyita mu ndagaano Ye wakati wa Ibulayimu ne Katonda era talekangayo kubakolera.

Wansi w'okufaayo n'okulung'amya kwa Katonda ebitasangika era ebijjude okwegendereza, Isiraeri ng'abantu tebaasaanirawo ddala, ne bafuna okwefuga, era ne baddamu okuba ensi eri waggulu w'ensi. Abantu ba Isiraeri baayinza batya obutasaanawo era lwaki Isiraeri yaddizibwaawo? Abantu bangi bagamba, "Okusigalawo kw'eggwanga ly'Abayudaaya ky'amagero." Bw'otunuulira ebika n'obunene bw'okuyigganyizibwa n'okubonyaabonyezebwa Abayudaaya kwe baayitamu nga bali mu buwang'anguse tebugambika, ebyafaayo bya Isiraeri byokka bikola ng'obujjulizi obwenkukunala obw'obutuufu bwa Baibuli.

Kyokka nga, okubonaabona n'okukaaba okusinga okwo Abayudaaya kwe baayitamu kujja kubaawo oluvanyuma lw'okudda kwa Yesu Kristo okw'omulundi ogw'okubiri. Kyokka bo abantu abakkiriza Yesu Kristo ng'Omulokozi waabwe bajja kutwalibwa mu bbanga era beetabe mu Mbaga ey'Obugole ne Mukama. Wabula abo abanaaba tebakkiriza Yesu ng'Omulokozi waabwe, tabajja kutwalibwa mu bbanga mu kiseera ky'okudda Kwe era bajja kubonaabona mu Kubonaabona Okw'amaanyi okw'emyaka omusanvu.

"Kubanga laba, olunaku lujja, lwokya ng'ekikoomi; n'ab'amalala bonna n'abo bonna abakola obubi baliba bisasiro; awo olunaku olujja lulibookera ddala," bwayogera MUKAMA w'eggye "obutabalekerawo kikolo newakubaddde ettabi" (Malaki 4:1).

Katonda ya mbikkulira dda mu bujjuvu agazibu agagenda okubeerawo mu myaka-omusanvu egy'okubonaabona Okwamaanyi. N'olw'ensonga eyo, kuyaayaana kwange eri abantu ba Isiraeri abantu ba Katonda abalonde okukkiriza awatali kwonoona budde bwonna, nti Yesu oyo eyatambulira ku nsi kuno emyaka nga enkumi bbiri egiyise, ng'Omulokozi waabwe waleme okubaawo omu ku bo anaasigala emabega okubonaabonera mu kubonaabona okw'emyaka Omusanvu.

Olw'ekisa kya Katonda, Mpandiise era ne mpaayo omulimu guno, ogugaba eby'okuddamu eri Abayudaaya abamaze ekyasa kiramba nga balindirira okudda kw'Omununuzi n'eri ebibuuzo ebitera okubuuzibwa.

Ka buli musomi w'ekitabo kino atwale mu mutima gwe obubaka bwa Katonda obw'okwagala era asisinkane awatali kuddamu kulwa Omununuzi oyo Katonda gwe yasindikira abantu bonna!

Njagala buli kinnoomu ku mwe n'omutima gwange gwonna.

Mu gw'ekkumi n'ogumu 2007
Mu nnyumba yange ey'okusabiramu ey'e Gethsemane
Jaerock Lee

Ennyanjula

Nneebaza Katonda n'okumuddiza ekitiibwa kyonna olw'okutulung'amya n'okutuwa omukisa okufulumya ekitabo Zuukusa, Israeri! mu nnaku ez'oluvanyuma. Omulimu guno gufulumiziddwa mu ngeri ekwatagana n'okwagala kwa Katonda Oyo anoonya okuzuukusa n'okulokola Isiraeri, era nga gutegekeddwa n'okwagala kwa Katonda okutagambika oyo atandyagadde kufiirwa wadde omwoyo ogumu bwe guti.

Essuula 1, "Isiraeri: Aba Katonda Abalonde," ennyonnyola ensonga eza Katonda okuba nga yatonda abantu n'okubateekateeka ku nsi kuno n'ekigendererwa Kye ng'ekyo mwe yalondera n'okufuga abantu ba Isiraeri ng'abalonde Be mu byafaayo by'omuntu. Essuula eno era eyanjula ba jjajja ba Isiraeri ab'amaanyi wamu ne Mukama waffe, eyajja mu nsi muno okusinziira ku bunnabbi obwali bwogera ku kujja kw'Omulokozi w'abantu bonna okuva mu nnyumba ya Daudi.

Nga twekeneenya obunnabbi bw'omu Baibuli ku Mununuzi, Essuula 2, "Omununuzi Eyatumibwa Katonda," eweera Yesu obujjulizi nga ye Mununuzi era ng'okujja kwe Isiraeri ekya kulindirira nnyo n'engeri, okusinziira ku Mateeka g'okununula ensi, Bw'atuukiriza ebisaanyizo byonna ng'Omulokozi w'abantu bonna. Era, Essuula ey'okubiri enoonyereza ku ngeri obunnabbi bw'Endagaano Enkadde ku Mununuzi nga bwe butuukiriziddwa Yesu n'enkolagana wakati w'ebyafaayo bya Isiraeri n'okufa kwa Yesu.

Essuula ey'okusatu, "Katonda Oyo Isiraeri Gw'ekkiririzaamu," yeekeneenya abantu ba Isiraeri abo abagondera amateeka obulungi n'ennono zaago, era n'ebanyonyola ebyo ebisanyusa Katonda. Okwongereza kw'ekyo, ng'ebajjukiza nti beesambye okwagala kwa Katonda olw'ennono z'abakadde z'ebazaala, Essuula ebakubiriza nnyo okunoonyeza ddala okwagala kwa Katonda okutuufu nga esooka okubawa amateeka n'okutuukiriza amateeka n'okwagala.

Ebitunuulirwa mu Ssuula esembayo "Tunula Olabe!" by'ebiseera byaffe, nga bino Baibuli eby'ogerako mu bunnabbi nga "ebiro eby'oluvanyuma," n'oyo awakanya-kristo nga anaatera okulabika n'Emyaka-Omusanvu egy'okubonaabona mu bufunze.

Era, eweera Katonda obujjulizi mu byama bya Katonda ebibiri, ebyo ebyateekebwateekebwa mu kwagala Kwe okutagwaawo eri abalonde Be abantu ba Isiraeri basobola okutuuka mu bulokozi mu kiseera ekisembayo eky'okuteekateeka omuntu, Essuula esembayo yeegayirira abantu ba Isiraeri obutanyoomoola mukisa gusembayo ogw'obulokozi.

Omusajja eyasooka Adamu bwe yakola ekibi ky'obujeemu era n'agobebwa mu Lusuku Adeni, Katonda yamuleka n'abeera mu nsi ya Isiraeri. Na bwe kityo, mu byafaayo by'okuteekateeka abantu, Katonda alindidde ebyasa era ne kati akyalinda ng'asuubira okufuna abaana abatuufu.

Tewakyali budde bwa kwonoona. Ka buli omu ategeere nti ekiseera kyaffe by'ebiseera ebisembayo era yeetegeke okusisinkana Mukama waffe oyo agenda okudda nga Kabaka wa bakabaka era Mukama wa bakama, Mu linnya Lye nsabidde ddala.

Ogw'ekkumi n'ogumu 2007
Geum-sun Vin,
Akulira okusunsula

Ebirimu

Eby'omuwandiisi
Ennyanjula

Essuula 1
Isiraeri: Aba Katonda Abalonde

Entandikwa Y'okuteekateeka Abantu _ 3
Bajjajja Abasookawo _ 17
Abantu Ab'ogera ebya Mukama _ 35

Essuula 2
Omununuzi Eyatumibwa Katonda

Katonda Asuubiza Omununuzi _ 55
Ebisaanyizo by'Omununuzi _ 61
Yesu Atuukiriza Obunnabbi _ 76
Okufa kwa Yesu n'Obunnabbi ku Isiraeri _ 84

Essuula 3
Katonda Oyo Isiraeri Gw'ekkiririzaamu

Amateeka n'ennono _ 93
Ekigendererwa Ekituufu ekya Katonda okugaba Amateeka _ 103

Essuula 4
Tunula Olabe!

Ebiro eby'oluvanyuma nga binaatera _ 123
Obugere ekkumi _ 140
Okwagala kwa Katonda okutalemererwa _ 152

"Emmunyeenye ya Daudi," ng'akabonero k'Abayudaya, ku bendera ya Isiraeri

Essuula 1
Isiraeri: Aba Katonda Abalonde

Entandikwa y'Okuteekateeka Abantu

Musa, Omukulembeze wa Isiraeri ow'amaanyi eyajja abantu baayo mu busibe mu Misiri n'abakulembera eri ensi ensuubize ey'e Kanani era n'akola ng'oyo akiikiridde Katonda, yatandika ekigambo Kye mu Kitabo ky'Olubereberye bwati:

Olubereberye Katonda yatonda eggulu n'ensi (1:1).

Katonda yatonda eggulu n'ensi na buli kintu kyonna ekibirimu mu nnaku omukaaga, era n'awummula, era n'awa omukisa, n'okutukuza olunaku olw'omusanvu. Olwo Lwaki, Katonda Omutonzi yatonda ensi na buli kintu kyonna ekigirimu? Lwaki Atonze omuntu era n'aganya abantu abatabalika okuva ku Adamu okubeera mu nsi?

Katonda Yanoonya Abo basobola Okugabana n'abo Okwagala Olubeerera

Okutonda kw'eggulu n'ensi nga tekunnabaawo, Katonda Omuyinza wa byonna yaliwo ng'amaamidde ku nsi etaggwaayo ng'ekitangaala ekyalimu eddoboozi. Oluvanyuma lw'ekiseera ekiwanvu eky'okubeera omu, Katonda yayagala okufuna abo bayinza okugabana n'abo okwagala okutaggwaawo.

Katonda teyabaawo mu kikula eky'obwakatonda kyokka ekimunnyonyola ng'omutonzi wabula era yaliwo ne mu buntu mweyawuliriranga essanyu, obusungu, ennaku, n'okusanyuka. N'olwekyo yayagala okugaba n'okufuna okwagala okuva Gyali n'okuva eri abalala. Mu Baibuli waliwo emirundi mingi bw'eyogera ku Katonda ng'alina ekikula eky'obuntu. Yali musanyufu n'okusiima ebikolwa by'aba Isiraeri eby'obutuukirivu (Eky'amateeka

Olw'okubiri 10:15; Engero16:7), era n'anakuwala era n'abanyiigira bwe baayonoonanga (Okuva 32:10; Okubala 11:1, 32:13).

Waliwo ebiseera buli muntu kinnoomu bwayagala okubeera yekka naye ate abeera asanyuka nnyo ate bwabeera n'omukwano gwayinza okubuulirako ekimuli ku mutima. Engeri Katonda gye yalina ekikula eky'obuntu, Yayagala okufuna abo basobola okugabira okwagala Kwe, omutima gwabwe ng'asobola okugutegeera, n'abo nga basobola okutegeera omutima gwe.

'Tekyandibadde kya ssanyu nnyo era nga kinkwatako okuba n'omwana ategeera omutima gwange era oyo gw'ensobola okuwa n'okufunako okwagala mu bwakabaka obunene era obw'amaanyi bwe buti?'

N'olwekyo, mu kiseera Ye weyayagalira, Katonda yayiiya enteekateeka ey'okufuna abaana abatuufu abo abasobola okumufaanana. Era mu ngeri eyo, Katonda teyakoma ku kutonda nsi ya mwoyo wabula n'ensi gye tulaba n'amaaso ag'omubiri nga muno omuntu mwe yalina okubeera.

Abamu bayinza okulowooza, 'nti waliyo eggye ery'omu ggulu eddene ennyo ne bamalayika mu ggulu abagonvu ennyo. Lwaki Katonda yeebonyaabonya okutonda omuntu?' Wabula, okujjako bamalayika abatono ennyo, ebitonde ebisinga mu ggulu tebirina kikula kya buntu nga kino kye kikulu ekyetaagibwa mu kugaba n'okufuna okwagala: ekintu kye beesalirawo nga tewali abakase. Ebitonde bino eby'omu ggulu biringa ebyuma ebikozi by'emirimu; bigonda era ne bikola ebibiragiddwa naye nga tebirina kye biwulira oba ssanyu, busungu, nnaku, wadde okweyagala, tebisobola kugaba oba okufuna okwagala ebiva ku ntobo y'emitima gyabwe.

Katugambe waliwo abaana babiri, era omu ku bo, nga taliraga kyawulira muli, nga tayogera kyalowooza, talaga mukwano gwonna, kyokka nga muwulize era ng'akola bulungi buli kye bamulagira okukola. Omwana omulala, wadde ng'atawaanya nnyo bazadde be buli kadde nga bwayagala, wabula nge yeetonda mangu, era n'alemera ku bazadde be nga tava we bali mu kwagala, era ng'alaga ekiri mu mutima gwe mu ngeri ez'enjawulo.

Ku baana abo ababiri, ani gwe wandyagadde? Ebiseera ebisinga ojja kulondawo ono ow'oluvanyuma. Wadde olina ekyuma ekikolera emirimu gyonna awaka, tewali n'omu ku mmwe ajja kwagala kyuma ekyo okusinga abaana bo bennyini. Mu ngeri y'emu, Katonda yayagala omuntu ayinza okumugondera mu kwagala ng'alina ensonga, ne kyawulira, okusinga ku ggye-ery'omu ne bamalayika abalinga ebyuma.

Ekigendererwa kya Katonda eky'okufuna abaana Abatuufu

Oluvanyuma lw'okutonda omuntu eyasooka Adamu, Katonda n'agenda mu maaso n'atonda Olusuku Adeni era n'aganya omuntu okulufuga. Buli kimu kyali mu bungi mu Lusuku Adeni era Adamu n'afuga buli kintu nga bwayagala n'obuyinza Katonda bwe yamuwa. Wabula, waaliwo ekintu kimu Katonda kye yamugaana.

Buli muti ogw'omu lusuku olyangako nga bw'onooyaglanga; naye omuti ogw'okumanya obulungi n'obubi t'ogulyangako: kubanga olunaku lw'oligulyako tolirema kufa (Oluberebelye 2:16-17).

Eno ye ngeri Katonda gye yateekawo wakati wa Katonda Omutonzi ne n'omuntu eyatondebwa, era Yali ayagala Adamu amugondera nga tamukase okuva ku ntobo y'omutima gwe. Wabula oluvanyuma lw'ekiseera ekiwanvu nga kiyiseewo, Adamu yalemererwa okujjukira ekigambo kya Katonda era n'akola ekibi ky'obujeemu ng'alya ku muti ogw'okumanya obulungi n'obubi.

Mu Lubereberye 3 tulina wetusanga omusota, ogwasindikirizibwa Setaani, nga gubuuza Kaawa, "Bwatyo bwe yayogera Katonda nti Temulyanga ku miti gyonna egy'omu lusuku'?" (olu.1) Omukazi n'agamba omusota nti, "Katonda yatugamba nti, 'Ebibala by'emiti egy'omu lusuku tulya; wabula [ebibala by'omuti oguli wakati mu lusuku,] Tetugulyangako, newakubadde okugukwatangako tuleme okufa'" (olu.2).

Katonda yagamba bulungi Kaawa, Nti olunaku lwe baligulyaako tebalirema kufa," wabula n'akyusa etteeka lya Katonda ng'agamba, "baleme okufa."

Nga gukitegedde nti Kaawa etteeka lya Katonda teyalitwala ng'ekikulu mu mutima gwe, omusota gweyongera okugenda mu maaso n'okumukema. "Okufa temulifa!" ne gugamba Kaawa. Era ne gwongerako nti, "Kubanga Katonda amanyi nti olunaku lwe muligulyako mmwe, amaaso gammwe lwe galizibuka, nammwe muliba nga Katonda okumanyanga obulungi n'obubi" (olu.5).

Setaani bwe yafuuwa ekyoyo ky'omulugube mu birowoozo by'omukazi, omuti gw'okumanya obulungi n'obubi ne gutandika okumulabikira obulungi. Ne gulabika nga mulungi okulya, era nga gusanyusa amaaso, n'omuti nga gwa kwegombebwa okuleeta amagezi. Kaawa n'anoga ku bibala byagwo n'alya, era n'awa ne ku musajja we naye n'alya.

Bwe batyo Adamu ne Kaawa bwe baakola ekibi ky'okujeemera ng'ekigambo kya Katonda era ddala tebaalema kufa (Olubereberye 2:17).

Wano, "okufa" tekitegeeza okufa okw'omubiri, omubiri okuggwaamu omukka wabula okufa okw'omwoyo. Oluvanyuma lw'okulya ku muti ogw'okumanya obulungi n'obubi, Adamu yazaala abaana era n'afa ng'aweza emyaka 930 (Olubereberye 5:2-5). Olwa kino kyokka, tutegeera nti "okufa" wano tekuba okw'omubiri okuggwaamu omukka.

Olubereberye omuntu ng'alina omwoyo, emmeeme, n'omubiri. Yalina omwoyo ng'omwo mwe yayitanga okuwuliziganya ne Katonda; emmeeme nga eno yali efugibwa omwoyo; n'omubiri ogw'akola nga ogukuuma omwoyo n'emmeeme. Olw'okujeemera ekiragiro kya Katonda n'okwonoona, omwoyo gw'afa era okuwuliziganya kwagwo ne Katonda n'alkwo kwakutulwako, era kuno kwe "kufa" Katonda kwe yayogerako mu Lubereberye 2:17.

Oluvanyuma lw'okwonoona kwabwe, Adamu ne Kaawa baagobebwa okuva mu Lusuku Adeni olulungi era olulina buli kimu. Era n'eba entandikwa y'okubonaabona kw'omuntu. Obulumi mu kuzaala bweyongera nnyo mu bakyala era nga kati yali waakwegomba nnyo bba era afugibwe nga ye, Ye omusajja yali wakutegananga n'okutuyaana okufuna eky'okulya mu ttaka eryakolimirwa ennaku zonna ez'obulamu bwe (Olubereberye 3:16-17).

Ku kino mu Lubereberye 3:23 watugamba, "MUKAMA Katonda kyeyava amuggya mu lusuku Adeni, alimenga ettaka mwe yaggibwa." Wano, "alimenga ettaka" kabonero akatalaga musajja ng'abonaabona okusobola okufuna eky'okulya kyokka wabula n'okuba nti – yagibwa mu nfuufu ey'ettaka – era yali "wakuteekateeka omutima gwe" ng'ali ku nsi kuno.

Okuteekateeka Omuntu Kwatandikira ku kw'onoona kwa Adamu

Adamu yatondebwa ng'omuntu omulamu teyalina bubi bwonna

mu mutima gwe, n'olwekyo teyalina kuteekateeka mutima gwe. Wabula oluvanyuma lw'okwonoona kwe, omutima gwa Adamu gw'ajjula agatali mazima era bwatyo yalina okuteekateeka omutima gwe okufuuka omuyonjo nga bwe gwali nga tannayonoona.

N'olwekyo, Adamu yalina okuteekateeka omutima gwe ogwali gwonoonese n'agatali mazima n'ebibi okufuuka omutima omuyonjo era afuuke omwana wa Katonda omutuufu oluvanyuma lw'okwonoona. Baibuli bw'egamba nti, "Katonda kye yava amuggya mu lusuku Adeni, alimenga ettaka mwe yaggibwa," kino kitegeeza, era kiyitibwa "Okuteekebwateekebwa kw'omuntu."

Na bwe kityo, "okuteekateeka" kitegeeza engeri omulimi gy'asiga ensigo, n'alabirira ebimera bye, era n'akungula ebibala. Okusobola "okuteekateeka" omuntu ku nsi kuno okusobola okufuna ebibala ebirungi nga kino kitegeeza "abaana ba Katonda abatuufu," Katonda yasiga ensigo ezisooka, Adamu ne Kaawa. Okuyita mu Adamu ne Kaawa obajeemera Katonda, abaana abatabalika bazaaliddwa era okuyita mu kuteekateeka kw'omuntu okwa Katonda, abantu abatabalika bazaaliddwa omulundi ogw'okubiri ng'abaana ba Katonda olw'okuteekateeka emitima gyabwe n'okuzzaawo ekifaananyi kya Katonda ekyabula.

N'olwekyo, "Okuteekateekwa kwa Katonda okw'omuntu" kw'ogera ku ngeri eno yonna nga eno Katonda yagifuga era yafuga n'eby'afaayo by'omuntu, okuva ku kutondebwa kwabwe okutuuka ku lunaku lw'omusango, okusobola okufuna abaana Be abatuufu.

Ng'omulimi bw'avvunuka amataba, ekyeeya, obutiti, omuzira, n'obusagwa nga yakasiga ensigo kyokka n'akungula ebibala ebirungi ku nkomerero mu ssanyu, Katonda abadde afuga buli kimu okusobola okufuna abaana abatuufu abo abajja gyali nga bamaze okuyita mu kufa, endwadde, okwawukana, n'okubonaabona okw'ekika ekirala mu bulamu bwabwe ku nsi kuno.

Ensonga Lwaki Katonda Yateeka Omuti Ogw'okumanya Obulungi N'obubi mu Lusuku Adeni

Abantu abamu babuuza, "Lwaki Katonda yateeka omuti ogw'okumanya obulungi n'obubi wakati mu lusuku, ng'okuyita mu gwo omuntu yayonoona era n'atwalibwa mu kuzikirira?" Ensonga lwaki Katonda yateeka Omuti ogw'okumanya obulungi n'obubi mu lusuku, lwakuba yali nteekateeka Ye ennungi ennyo eyali ejja okusobozesa abantu okutegeera 'enjawulo eriwo.' nga bageraageranya

Abantu abasinga balowooza nti Adamu ne Kaawa baali basanyufu nga bali mu Lusuku Adeni olw'okuba tewaali maziga, nnaku, endwadde, oba okubonaabona mu Lusuku. Naye Adamu ne Kaawa baali tebamanyi ssanyu lyennyini n'okwagala bwe biba kubanga baali tabalina we bageraageranyiza nga bali mu lusuku Adeni.

Okugeza, abaana babiri bayinza kweyisa batya nga bafunye eky'okuzanyisa kye kimu singa omwana omu yazaalibwa era n'akuzibwa mu maka agalina sente ennyingi ate omulala mu maka amaavu? Asembyeyo asiima nnyo era abeera musanyufu nnyo okuva ku ntobo y'omutima gwe okusinga omwana ava mu maka agalina sente.

Okutegeera obukulu bw'ekintu, olina okumanya n'okuyita mu mbeera eyawukanira ddala ku kintu ekyo. Okujjako ng'obonyeebonye n'endwadde, lw'osobola okutegeera obukulu bw'okubeera omulamu. Okujjako ng'otegedde okufa ne ggeyeena, lw'osobola okusiima obukulu n'obulungi bw'obulamu obutaggwaawo era ne weebaza Katonda olw'okwagala okuva ku ntobo y'omutima gwo olw'okukuwa eggulu eritaggwaawo.

Mu Lusuku lwa Katonda omutaali kujula, omusajja eyasooka Adamu yeeyagalira mu buli kimu Katonda kye yali amuwadde, n'obuyinza okufuga ebitonde ebirala byonna. Wabula, olw'okuba tebyali bibala bya ntuuyo zaabwe, Adamu teyasobola kutegeerera ddala muwendo gwabyo wadde okusiima Katonda olw'embeera eyo gye yalimu. Okutuusa Adamu lwe yagobebwa okugenda mu nsi era n'alabirayo ennaku, amaziga, endwadde, okubonaabona, ebisiraani, n'okufa bwatyo n'alyoka ategeera enjawulo wakati w'essanyu ne nnaku n'engeri eddembe saako okuba obulungi Katonda bye yali abawadde mu Lusuku Adeni bwe byali eby'omuwendo.

Obulamu obutaggwaawo bwandibadde butugasa ki singa twali tetumanyi ssanyu oba nnaku? Wadde tusisinkana ebizibu okumala akaseera katono, bwe tuba nga mu maaso eyo tujja kutegeera era tugambe, "Lino lye bayita essanyu!" obulamu bwaffe tujja kubulaba nga bwa muwendo era nga bwa mukisa.

Teriiyo bazadde abagaana okusindika abaana baabwe ku ssomero ne babaleka awaka mbu olw'okuba bamanyi nti okusoma si kintu kyangu? Singa ddala abazadde babeera baagala abaana baabwe, bajja kusindika abaana baabwe ku ssomero era ne babatwala basome ebintu ebizibu n'okuyita mu mbeera ez'enjawulo basobole okuzimba ebiseera byabwe eby'omu maaso ebirungi.

N'omutima gwa Katonda, oyo eyatonda abantu era ng'abadde abateekateeka, bwe gutyo bwe guli. Olw'ensonga eyo, Katonda yateeka omuti ogw'okumanya obulungi n'obubi mu lusuku, era teyalemesa Adamu kugulyako wabula ng'ayagala agondere etteeka nga takakiddwa, era n'amukkiriza okuyita mu ssanyu, obusungu, ennaku, n'okunyumirwa bwe yali ng'ateekebwateekebwa ng'omuntu. Kino kiri bwe kityo lwakuba omuntu asobola okwagala n'okusinza Katonda, nga Ye Yennyini ye kwagala era ge mazima, okuva ku ntobo y'omutima gwe ng'amaze okuyita mu mbeera ez'enjawulo era n'ayita mu kwagala okutuufu, essanyu, n'okusiima. Okuyita mu kuteekateeka omuntu, Katonda yali ayagala okufuna abaana abatuufu abo abategedde omutima Gwe era ne bamufaanana, okubeera n'abo mu ggulu nga bagabana okwagala okutuufu era okutaggwaawo olubeerera.

Okuteekateeka Abantu kwatandikira mu Isiraeri

Omusajja eyasooka Adamu yagobebwa okuva mu Lusuku Adeni oluvanyuma lw'okujeemera ekigambo kya Katonda, teyaweebwa buyinza kwerondera nsi gyayagala kubeeramu wabula Katonda yeeyamulonderawo ekifo. Ekifo kino yali Isiraeri.

Muno mwalimu okwagala kwa Katonda n'ekigendererwa. Oluvanyuma lw'okuba n'enteekateeka ennene ey'okuteekateeka omuntu, Katonda yalonda abantu ba Isiraeri ng'eky'okulabirako ky'okuteekateeka omuntu. Olw'ensonga eyo Katonda yakkiriza Adamu okubeera mu bulamu obuggya mu nsi ya Isiraeri era eggwanga lya Isiraeri we lyali lirina okuzimbibwa.

Oluvanyuma lw'ekiseera okuyitawo, amawanga agatabalika g'ava mu bazukulu ba Adamu era eggwanga lya Isiraeri lyazimbibwa mu kiseera kya Yakobo, eyava mu Ibulayimu. Katonda yayagala okulaga ekitiibwa Kye n'ekigendererwa Kye eky'okuteekateeka omuntu okuyita mu byafaayo bya Isiraeri. Si eri aba Isiraeri bokka wabula n'eri abantu bonna mu nsi yonna. N'olwekyo, ebyafaayo bya Isiraeri nga mu byo Katonda Yennyini yabadde alifuga era nga kino si kyafaayo ky'abantu kyokka wabula obubaka obwa Katonda obw'abantu bonna.

Olwo, lwaki, Katonda yalonda Isiraeri ng'eky'okulabirako

eky'okuteekateeka omuntu? Ekyo kyaliwo olw'engeri zaabwe ezisukulumye, kwe kugamba, omuntu waabwe ow'omunda ddala omulungi ennyo.

Isiraeri ly'ava mu 'taata w'okukkiriza' Ibulayimu oyo Katonda gwe-yeenyumirizaamu, era ly'ava mu Yakobo eyali omuntu omunywevu ennyo nti yalwanagana ne Katonda n'awangula. Eno y'ensonga lwaki, ne bwe baali bafiiriddwa ensi yaabwe ayaboobwe ng'era bagenda babundabunda okumala ebyasa, abantu ba Isiraeri tebafiirwa nnono zaabwe ezibawula ku balala.

Era okusinga byonna, abantu ba Isiraeri bakuumye, okumala enkumi n'enkumi z'emyaka, ekigambo kya Katonda ekyo ekyalangibwa mu bunnabbi okuyita mu basajja ba Katonda era bakitambuliddemu. Kale, wabeerangawo ekiseera eggwanga lyonna w'eryesuuliranga ekigambo kya Katonda n'ebonoona eri Katonda wabula ekyavangamu abantu baalyo baamalanga ne beenenya era ne badda eri Katonda. Tebafiirwanga kukkiriza kwabwe mu MUKAMA Katonda.

Okuddawo kwa Isiraeri ey'etwala mu kyasa ky'amakumi abiri kiraga bulungi ekika ky'omutima gw'abantu abaava mu Yakobo gwe balina.

Ezeekyeri 38:8 watugamba, "Ennaku nnyingi nga ziyiseewo olijjirwa: mu myaka egy'enkomerero olireetebwa mu nsi ekomezebwawo okugiggya mu kitala, ekung'anyizibwa okuva mu mawanga amangi, ku nsozi za Isiraeri, ezaabanga ensiko etevaawo: naye eggibwa mu mawanga, era balituula nga tebaliiko kye batya, bonna.." Wano, "emyaka egy'enkomerero" kitegeeza enkomerero y'ensi ng'okuteekateeka bwe kujja okusembera era "ku nsozi za Isiraeri" kabonero akalaga ekibuga kya Yerusaalemi, ekitudde ku buwanvu bwa mita 760 (ebigere 2,494) okuva wansi.

N'olwekyo, Nnabbi Ezeekyeri agamba nti "abatuuze bangi [bajja] kuba bakung'anyiziddawa okuva mu mawanga mangi, ku nsozi za Isiraeri," kyali kitegeeza nti Isiraeri bajja kukung'ana okuva mu mawanga ag'enjawulo okwetooloola ensi yonna era bazzeewo eggwanga lya Isiraeri. Okusinziira ku kigambo kya Katonda kino, Isiraeri, eyali yayonoonebwa Abaluumi mu kyasa kye 70 oluvanyuma lwa kristo okujja., yalangirira nti ggwanga ery'etwala mu gw'okutaano 14, 1948. Ensi eyali yafuuka dda "ensiko" naye leero, Isiraeri yazimba eggwanga ery'amaanyi eryo eritayinza kumala gabuusibwa maaso oba okweng'angibwa.

Ekigendererwa kya Katonda eky'Okulonda Aba Isiraeri

Lwaki Katonda okuteekateeka kw'omuntu yakutandikira mu nsi ya Isiraeri? Lwaki Katonda yalonda abantu ba Isiraeri, era n'afuga ebyafaayo bya Isiraeri?

Okusookera ddala, Katonda yayagala okulangirira eri amawanga gonna okuyita mu byafaayo bya Isiraeri nti Ye Mutonzi w'eggulu n'ensi, nti Ye yekka ye Katonda omutuufu, nti era Mulamu. Okuyita mu kusoma ebyafaayo bya Isiraeri, n'Abamawanga basobola okuwulira okubaawo kwa Katonda era ne bategeera ekigendererwa Kye okufuga eby'afaayo by'omuntu.

Awo amawanga gonna ag'oku nsi ganaalabanga ng'otuumiddwa erinnya lya MUKAMA; ne gakutyanga (Ekyamateeka Olw'okubiri 28:10).

Olina omukisa, ggwe Isiraeri; Ani akufaanana ggwe, eggwanga eryalokolwa MUKAMA, Engabo ey'okubeerwa kwo, Era kye kitala eky'obukulu bwo obusinga! Era abalabe bo balikujeemulukukira Naawe olirinnya ku bifo byabwe ebya waggulu (Ekyamateeka

Olw'okubiri 33:29).

Abolonde ba Katonda, aba Isiraeri beeyagalidde mu mukisa ogw'amaanyi, era kino tusobola okukiraba mu byafaayo bya Isiraeri. Eky'okulabirako, awo abasajja babiri abaali batumiddwa Yoswa okuketta ensi ye Yeriko bwe batuuka mu nnyumba ya Lakabu, yabagamba nti, "Twawulira MUKAMA bwe yakaliza Ennyanja Emyufu mu maaso gammwe, bwe mwava mu Misiri; era kye mwakola bakabaka ababiri ab'Abamoli, abaali emitala wa Yoludaani, Sikoni ne Ogi, be mwazikiririza ddala. Naffe bwe twakiwulira, emitima gyaffe ne giryoka gisaanuuka, so tewali muntu asigalamu omwoyo gwonna, ku lwa mmwe: kubanga MUKAMA Katonda wammwe, oyo ye Katonda waggulu mu ggulu, era wansi ku nsi" (Yoswa 2:9-11).

Aba Isiraeri bwe baali mu busibe e Babulooni, Danyeri yatambula ne Katonda era Nebukadduleeza Kabaka wa Babulooni yalaba Katonda Danyeri gwe yatambulanga naye. Kabaka ng'amaze okulaba Katonda, yasobola kwogera bino nti "mmutendereza,era mmugulumiza era mmuwa ekitiibwa Kabaka w'eggulu,kubanga emirimu gye gyonna mazima, n'amakubo ge ga nsonga: n'abo abatambulira mu malala ayinza okubajeeza" (Danyeri 4:37).

Ekintu kye kimu kyabaawo Isiraeri bwe yali wansi w'obufuzi bwa Buperusi. Bwe baalaba Katonda omulamu ng'akola era ng'addamu essaala ya Eseza kaddulubaale, "bangi ab'omu mawanga ag'omu nsi ne bafuuka Abayiudaaya; kubanga entiisa ey'Abayudaaya yali ebaguddeko" (Eseza 8:17).

N'olwekyo, n'abamawanga bwe baalaba Katonda omulamu eyakoleranga aba Isiraeri, baatandika okutya n'okusinza Katonda. N'abo mu mirembe egyaddirira tutegedde amaanyi ga Katonda n'okumusinza okuyita mu bintu ng'ebyo ebyabaawo.

Eky'okubiri, Katonda yalonda Isiraeri era n'abalung'amya kubanga Yayagala abantu bonna okutegeera okuyita mu byafaayo bya Isiraeri ensonga lwaki Yatonda abantu era lwaki abadde abateekateeka.

Katonda ateekateeka abantu kubanga Anoonya okufuna abaana abatuufu. Omwana wa Katonda omutuufu y'oyo afaananya Katonda obulungi n'okwagala mu mwoyo, era nga mutuukirivu era mutukuvu. Lwakuba abaana ba Katonda ab'ekika kino bamwagala era ne batambulira mu kwagala Kwe.

Isiraeri bwe yatambuliranga ku mateeka ga Katonda era ne bamuweereza, Yafuulanga aba Isiraeri okuba waggulu w'abantu abalala bonna n'amawanga. Kyokka si bwe kyabanga, abantu ba Isiraeri bwe baaweerezanga bakatonda abalala era nga banguwa okusuula eri amateeka ga Katonda, baabonaabonanga na buli kizibu n'agazibu aganene ng'entalo n'ebigwa bitalaze oba okuba mu buwambe.

Okuyita mu buli ddaala, aba Isiraeri baayiganga okugonda mu maaso ga Katonda, era buli lwe baagondanga, Katonda yabazzangawo n'okusaasira Kwe saako okwagala era n'abaleeta eri emikono gy'ekisa Kye.

Kabaka Sulemaani bwe yayagala Katonda era n'akuuma amateeka ge, yafuna ekitiibwa eky'amaanyi n'okwagalibwa naye kabaka ono bwe yatandika okwekutula ku Katonda n'atandika okuweereza bakatonda abalala, ebitiibwa n'okwagalibwa bye yali afuna ne biggwaawo. Bakabaka ba Isiraeri nga Daudi, Yekosofaati, ne Keezeekiya bwe baatambulira mu mateeka ga Katonda, eggwanga ly'afuukanga ly'amaanyi era n'erikulaakulana, so lyabanga linafu era nga liwambibwa wansi w'obufuzi bwa bakabaka abo abasuula eri engeri za Katonda.

Ebyafaayo bya Isiraeri bitulaga bulungi nnyo okwagala kwa Katonda mu ngeri eno era n'ebikola ng'endabirwamu ekuba ekimyanso ky'okwagala kwa Katonda eri abantu bonna n'amawanga gonna. Okwagala Kwe kulangirira nti abantu abaakolebwa mu kifaananyi kya Katonda n'enfaanana Ye bwe bakuuma amateeka Ge era ne bafuuka abatuukirivu okusinziira ku kigambo Kye, bajja kufuna emikisa gya Katonda era ne babeera mu bulamu obujjudde okuganja Kwe.

Isiraeri yalondebwa okulaga ekigendererwa kya Katonda eri ensi zonna n'abantu, era efunye emikisa egitagambika okuyita mu kuweereza Katonda ng'eggwanga ly'abakabona abakulembeza ekigambo Kye. Abantu baayo ne bwe baayonoona, Katonda yasonyiwa ebibi byabwe era n'abazzaawo kasita beenenyanga n'omutima omugonvu, nga bwe yasuubiza bajjajja ba bajjaabwe.

Ekisinga byonna, gwe mukisa ogusinga amaanyi ogwo Katonda gwe yasuubiza abalonde Be gwe gwali omukisa ogusingayo ogw'ekitiibwa ky'okuba nti omununuzi yali wa kuva mu bo.

Bajjajja B'okukkiriza abaasookawo

Mu by'afaayo by'omuntu ebiwanvu, Katonda azze akuuma Isiraeri mu biwaawaatiro Bye era n'asindika abasajja ba Katonda mu kiseera Kye kye yagera erinnya lya Isiraeri lireme okusaanawo. Abasajja ba Katonda be baavangayo ng'ebibala ebituufu okusinziira ku kigendererwa kya Katonda eky'okuteekateeka abantu era ne bagondera ekigambo Kye nga balina okwagala Kwe. Katonda yateekawo omusingi gw'eggwanga lya Isiraeri okuyita mu bajjajja abasookawo.

Ibulayimu, Taata w'Okukkiriza

Yibulayimu yateekebwako akabonera nga taata w'okukkiriza olw'okukkiriza kwe n'obugonvu, era yali wakutwala mu maaso eggwanga ery'amaanyi. Yazaalibwa emyaka ng'enkumi nnya emabega mu Uli ey'Abakaludaaya, era oluvanyuma lw'okuyitibwa Katonda yawangula okwagala n'okumanyibwa okutuuka okuba ng'ayitibwa "mukwano." gwa Katonda

Katonda yayita Ibulayimu era n'amusuubiza bwati:

Va mu nsi ya nnyo, era awali ekika kyo, n'ennyumba ya kitaawo,, oyingire mu nsi gye ndikulaga: nange ndikufuula eggwanga eddene, era naakuwanga omukisa, era naakuzanga erinnya lyo; era onoobeeranga wa mukisa ggwe (Olubereberye 12:1-2).

Mu kiseera ekyo, Ibulaamu yali takyali muvubuka, nga talina musika, era yali tamanyi gye yali agenda; n'olwekyo, tekyali kintu kyangu okukigondera. Wadde yali tamanyi gye yali alaga, Ibulaamu yagenda mu maaso kubanga yeesiganga mu bujjuvu ekigambo kya Katonda kyokka oyo atasazaamu bisuubizo Bye. N'olwekyo, Ibulaamu yatambula n'okukkiriza mu buli kimu kye yakolanga, era mu kiseera ky'obulamu bwe yafuna emikisa gyonna Katonda gye yali yamusuubiza.

Ibulaamu teyalaga Katonda bugonvu na bikolwa bya kukkiriza byokka wabula yanoonyanga bulungi bwokka na mirembe n'abantu abamulinaanye. Eky'okulabirako, Ibulaamu bwe yava e Kalani okusinziira ku kiragiro kya Katonda, omwana wa mwannyina Lutti yagenda naye. Eby'obugagga byabwe bwe byayingiwala, Yibulayimu ne Lutti baali tebakyasobola kubeera wamu. Ebbula ly'omuddo n'amazzi byaleeetawo "okukaayana wakati w'abasumba b'ebisibo bya Ibulaamu ne bya Luuti" (Olubereberye 13:7). Wadde Ibulaamu yali mukulu ddala mu myaka, teyeenoonyeza wadde okulemera ku kyayinza okuganyula ye. Yasaba omwana wa muganda we Luuti okulondawo ensi esinga obulungi. Yagamba Luuti mu Lubereberye 13:9, "Ensi yonna teri mu maaso go? Yawukana nange nkwegayiridde: obanga oneeroboza omukono ogwa kkono, nange naagenda ku mukono ogwa ddyo; naawe bw'oneeroboza omukono ogwa ddyo, nange naagenda ku mukono ogwa kkono."

Era olw'okuba Ibulaamu yali musajja ow'omutima omuyonjo, teyatwala wadde akaggwa newakubadde akakoba k'engato akatali ka ke (Olubereberye 14:23). Katonda bwe yamugamba nti ebibuga bya Sodoma ne Ggomora okwonoona kw'abyo kwali kwa kitalo nti era byali byakuzikirizibwa, Ibulaamu, omusajja eyalina okwagala okw'omwoyo, yeegayirira Katonda era n'afuna ekigambo Kye nti tali zikiriza Sodoma bwe wabaawo abasajja kkumi abatuukirivu abanaasangibwa mu kibuga ekyo.

Obulungi n'okukkiriza kwa Ibulayimu kwali kutuukiridde

okutuuka ku ssa ery'okugondera ekiragiro kya Katonda ekyali kimulagira okutwala obulamu bw'omwana we omu yekka ng'ekiweebwayo ekyokebwa.

Mu Lubereberye 22:2, Katonda yalagira Ibulaamu nti, "Twala kaakano omwana wo, omwana wo omu, gw'oyagala, ye Isaaka, ogende mu nsi Moliya; omuweere eyo okuba ekiweebwaayo ekyokebwa ku lumu ku lusozi lwe ndikugambako."

Isaaka ye mwana Ibulayimu gwe yafuna ku myaka kikumi. Nga Isaaka tannazaalibwa, Katonda yali yagamba dda Yibulayimu nti oyo alijja okuva mu mubiri gwe gwe nnyini yaliba omusika we nti era bangi ku zzadde lye eririddawo liryenkana emmunyeenye. Singa Ibulaamu yali agoberedde ebirowoozo eby'omubiri, teyandigondedde kiragiro kya Katonda eky'okuwaayo Isaaka. Kyokka, Yibulayimu yakigondera amangu ago awatali kubuuza kibuuzo kyonna.

Ku ssaawa eyo nga Yibulayimu agolodde omukono gwe okusala Isaaka ng'amaze okuzimba ekyoto, malayika wa Katonda n'amukoowoola n'ayogera nti, "Ibulayimu, Ibulayimu! Tossa mukono gwo ku mulenzi, so tomukolako kantu: kubanga kaakano ntegedde ng'otya Katonda, kubanga tonnyimye mwana wo, omwana wo mu." (Olubereberye 22:11-12). Kino nga kyali kikwata ku mutima gw'omuntu era nga kya mukisa!

Engeri gy'ateesiga ne kw'esigama ku birowoozo bye eby'omubiri, tewaaliwo kukubagana mpawa kwonna wadde obulumi mu mutima gwa Yibulayimu wabula yali agondera bugondezi ekiragiro kya Katonda olw'okukkiriza. Yateeka obw'esige bwe bwonna mu Katonda omwesigwa oyo atuukiririza ddala buli ky'asuubiza, Katonda ayinza byonna oyo azuukiza abafu, era Katonda kwagala oyo ayagala okuwa abaana Be ebintu ebirungi byokka. Nga omutima gwa Yibulayimu bwe gwali gujjudde obugonvu era n'alaga ebikolwa by'okukkiriza, Katonda yakkiriza Yibulayimu nga taata w'okukkiriza.

Kubanga okoze bw'otyo n'otonnyima mwana wo, omwana wo omu, okukuwa omukisa naakuwanga omukisa, n'okwongera naakwongerangako ezzadde lyo ng'emmunyeenye ez'omu ggulu, ng'omuseenyu oguli ku ttale ly'ennyanja; era ezzadde lyo balirya omulyango ogw'abalabe baabwe; era mu zzadde lyo amawanga gonna ag'omu nsi mwe galiweerwa omukisa, kubanga owulidde eddoboozi lyange (Olubereberye 22:16-18).

Nga yibulayimu bwe yalina obulungi n'okukkiriza eby'enkanidde awo ebisanyusa Katonda, yayitibwa "mukwano" gwa Katonda era n'ayitibwa taata w'okukkiriza. Era, n'afuuka taata w'amawanga gonna era ensibuko y'emikisa gyonna nga Katonda bwe yasuubiza bwe yasooka okumuyita, "Nange naabawanga omukisa abanaakusabiranga ggwe omukisa, n'oyo anaakukolimiranga naamukolimiranga nze; ne mu ggwe ebika byonna eby'omu nsi mwe biriweebwa omukisa" (Olubereberye 12:3).

Ekigendererwa kya Katonda okuyita mu Yakobo, Taata wa Isiraeri, na Yusufu Omuloosi

Isaaka yazaalibwa Yibulayimu taata w'okukkiriza era Isaaka n'azaala abaana babiri Esawu ne Yakobo. Katonda n'alonda Yakobo, olw'okuba omutima gwe gwali gusingira wala ogwa muganda we, nga bakyali na mu lubuto lwa nnyaabwe. Yakobo yali wakuyitibwa "Isiraeri" mu dda era n'afuuka ensibuko y'eggwanga lya Isiraeri taata w'ebika ekkumi n'ebibiri.

Okutuuka ku ssa ly'okugula oby'obukulu bya mukulu we Esawu

olw'emmere ey'omugoyo n'okubba omukisa gwa mukulu we Esau ng'alimba kitaawe Isaaka, Yakobo kino yakikola olw'okwagala omukisa okuva ewa Katonda n'ebintu eby'omwoyo. Yakobo yalimu obulimba naye Katonda yakimanya nti Yakobo bwalikyuka, ajja kuba ekibya eky'amaanyi. Olw'ensonga eyo, Katonda n'aganya Yakobo okuyita mu myaka amakumi abiri ng'ayita mu bigezo asobole okugwamu okuvaamu okwemanya n'okukakkanyizibwa.

Yakobo bwe yatwala obukulu bwa mukulu we Esawu mu ngeri ey'obukalabakalaba, Esawu yagezaako okumutta era Yakobo n'adduka okumwekweka. Kasita, Yakobo bwatyo n'atandika okubeera ewa kojja we Labbaani nga alunda endiga n'embuzi ze. Yalina okutuyaana ng'alunda embuzi n'endiga za kojja we. Bwatyo, n'ayogera mu Lubereberye 31:40, "Bwe nnaabeeranga bwe ntyo; emisana omusana gwanzigwerangako, n'ekiro empewo; n'otulo twambulanga mu maaso gange."

Katonda asasula buli kinnoomu okusinziira ku bwasiga. Yalaba Yakobo ng'akikola mu bwesigwa, era n'amuwa omukisa n'obuggagga bungi. Katonda bwe yamulagira okudda ku nsi yanyu, Yakobo yava ewa Kojja we Labbaani ng'addayo ewaabwe n'amaka ge, n'ebyobugagga. Bwe yatuuka ku mugga Yaboki, Yakobo n'awulira nti muganda we Esawu yali ku ludda olulala n'abasajja 400.

Yakobo yali takyasobola kudda wa Labbaani olw'ekisuubizo kye yali akoze eri kojja we. Kyokka nga tasobola n'akusala mugga kweyongerayo eri Esawu eyali ayaka olw'okwagala okuwolera eggwanga. Bwe yeesanga ng'abuliddwa eka ne mu kibira, Yakobo teyaddamu kukozesa magezi ge wabula buli kimu n'akiwaayo eri Katonda mu kusaba. Nga yegirako ddala buli kirowoozo kye, Yakobo yeegayirira Katonda n'amaanyi ge gonna mu kusaba okutuuka ku ssa ly'okuwagula ekisambi kye.

Yakobo yawakana ne Katonda era n'asinga, bwatyo Katonda

n'amuwa omukisa ng'agamba, "Erinnya lyo terikyayitibwanga Yakobo, wabula Isiraeri;kubanga owakanye ne Katonda era n'abantu era osinze" (Lubereberye 32:28). Awo Yakobo yali asobola okutabagana ne mukulu we Esawu.

Ensonga lwaki Katonda yalonda Yakobo lwakuba yali mugumiikiriza era nga mulambulukufu nti ne mukusoomoozebwa, yali asobola okufuuka ekibya eky'amaanyi okukola ng'omulimu ogw'amaanyi mu byafaayo bya Isiraeri.

Yakobo yalina abaana abalenzi kkumi n'ababiri era n'ateekawo omusingi okutondawo eggwanga lya Isiraeri. Wabula, olw'okuba baali bakyali kika kimu, Katonda n'ateekateeka okugira ng'abatadde mu Misiri, ensi eyali ey'amaanyi, okutuuka nga abaana abaava mu Yakobo bafuuse eggwanga ery'amaanyi.

Enteekateeka eno ey'okwagala kwa Katonda eyali ow'okubakuuma obutalumbibwa mawanga malala. Omuntu ey'esigibwa n'omulimu guno omunene yali Yusufu eyali omwana ow'ekkumi n'omu owa Yakobo.

Mu baana be ekkumi n'ababiri, Yakobo yalagira ddala nti omutima gwe gwamuli nnyo eri Yusufu era n'amutungiranga ekizibawo eky'amabala amangi n'ebiringa ebyo. Baganda be ne balaba nga kitaawe yamwagala nnyo okusinga baganda be bonna, ne bamukyawa, ne batayinza kwogera naye wabula eby'okuyomba era bagamda be ne bamutunda mu Misiri ku myaka kkumi na musanvu. Wabula teyeemulugunya oba okukyawa baganda be.

Yusufu yatundibwa mu nsi ya Misiri ewa Potifali, omwami wa Falaawo, omukulu w'abambowa. Eyo gye yakolera n'omutima gumu n'obwesigwa era Yusufu n'alaba ekisa mu maaso ga Potifali. N'olwekyo, Yusufu Potifali n'amufuula omulabirizi w'ennyumba ye era owa byonna bye yalina.

Ne wabaawo ekizibu ekyatuukawo, olw'okuba Yusufu yali mulungi mu ndabika, mukyala wa mukama we n'atandika okumusendasenda. Yusufu yali mwesimbu era ow'amazima atya Katonda, kale bwe yamusendasenda, yamugamba nga talina kyatya, "Kale nnyinza ntya okwonoona, okwenkanidde wano, n'okusobya ku Katonda?" (Olubereberye 39:9)

Oluvanyuma, lw'ebyo mukazi wa mukama we bye yamujjwetekako, Mukama wa Yusufu n'amutwala n'amussa mu kkomera, ekifo abasibe ba kabaka mwe baasibirwa n'abeera omwo mu kkomera. Ne mu kkomera, Katonda yali ne Yusufu, n'okuganja kwa Katonda ku ludda lwe, Yusufu ye yali avunaanyizibwa "ebyo byonna eby'omu" kkomera.

Okuyita mu mitendera egyo, Yusufu yasobola okufuna amagezi ag'ali ag'okumusobozesa okuddukanya eggwanga eyo mu dda, ng'akula mu by'obukulembeze, era n'afuuka ekibya eky'amaanyi ekyali eky'okwaniriza abantu abangi mu mutima gwakyo.

Ng'amaze okutegeeza amakulu g'ekirooto kya Falaawo n'okugaba amagezi amatuufu eri ekizibu Falaawo n'abantu be kye baali bagenda okusisisnkana, Yusufu yafuuka omufuzi mu Misiri nga yaddirira Falaawo. N'olwekyo, olw'ekigendererwa kya Katonda eky'amaanyi n'okuyita mu kugezesebwa okwo Yusufu kwe yayitamu, Katonda yateeka Yusufu mu kifo eky'obwa katikkiro ku myaka 30 mu zimu ku nsi ez'amaanyi mu kiseera ekyo.

Nga Yusufu bwe yalambulula amakulu agaali mu kirooto kya Falaawo, enjala yagwa mu nsi eziri okumpi n'ebuvanjuba nga mu zo mwe mwali ne Misiri, era nga bwe yali yakola edda entegeka ez'enjala eyo, Yusufu yasobola okuwonya aba Misiri bonna. Baganda ba Yusufu ne bajja mu Misiri nga banoonya emmere, ne badding'ana ne muganda waabwe n'ab'omu maka gonna era tewaayita bbanga ddene ne badda e Misiri gye baatandika okubeera mu kukulaakulana era kino kyateekawo ekkubo ly'okuzaala eggwanga lya Isiraeri.

Musa: Omukulembeze ow'amaanyi eyafuula okugenda mu nsi ensuubize ekintu ekya ddala

Oluvanyuma lw'okukkalira mu Misiri, abaana abaava mu Isiraeri beeyongera mu bungi n'okukulaakulana era tewaayita bbanga ddene ne bafuuka bamaanyi era abamala okukola eggwanga ery'abwe ku bwabwe.

Kabaka omuggya, eyali tamanyi Yusufu, bwe yajja mu buyinza, n'atandika okulemesa okukulaakulana n'amaanyi g'abaana ba Isiraeri. Kabaka n'abamisiri ne babakoza emirimu: ne bakaayisa obulamu bwabwe mu buddu obuzibu, okutegana n'ebbumba n'amatoffaali, era n'obuddu bwonna obw'omu nsuku, obuddu bwonna bwe baabakoza n'amaanyi (Okuva 1:13-14).

Wabula, "buli bwe beeyongera okubonyaabonyezebwa, bwe batyo bwe beeyongera obungi n'okubuna" (Okuva 1:12). Falaawo waayita ekiseera kitono n'alagira abazaalisa okutta abaana ab'obulenzi aba Isiraeri bwe baba bazaalibwa. Bwe yawulira okukaaba kw'aba Isiraeri okuyambibwa olw'okubonaabonera mu buddu bwe baaliimu, Katonda yajjukira endagaano Ye ne Ibulayimu, Isaaka, ne Yakobo.

Era ndikuwa ggwe n'ezzadde lyo eririddawo ensi gye watambulirangamu, ensi yonna eya kanani, okugirya emirembe gyonna; era nze naabeeranga Katonda waabwe (Olubereberye 17:8).

N'ensi gye nnawa Ibulalayimu ne Isaaka, ndigikuwa ggwe, n'ezzadde lyo eririddawo ndiriwa ensi (OLubereberye 35:12).

Okusobola okukulembera abaana ba Isiraeri ng'abaggya mu kubonaabona kwabwe okusobola okubatwala eri ensi ya Kanani, Katonda yategeka omuntu eyali ow'okugondera amateeka Ge awatali kakwakkulizo konna era alung'amye abantu Be n'omutima Gwe.

Omuntu oyo yali Musa. Bazadde be baakweka Musa okumala emyezi esatu ng'azaaliddwa, naye bwe baali nga tebakyasobola ku mukweka, ne bamuteeka mu kibaya eky'entooogo, ne bakisiiga ebitosi n'envumbo omwana ne bamuteeka munda, ne bakiteeka mu kitoogo ku lubalama lw'omugga. Muwala wa Falaawo bwe yakizuula nti mwana ye yali ateereddwa mu kibaya kwe kusalawo okumukuza ng'owuwe, awo mwannyina eyali okumpi awo n'omugga okulaba ekyali kijja okutuuka ku mwana n'agamba omuwala wa Falaawo okugende okumuyitira mu bakazi abaebulaniya ayinza okuyonsa omwana era n'amuleetera nnyina w'omwana yennyini.

N'olwekyo, Musa yakuzibwa mu lubiri lwa Falaawo ng'akuzibwa nnyina yennyini, bwatyo n'akula ng'ayiga ku Katonda n'aba Isiraeri, abantu be bennyini.

Awo olumu, yalaba omuntu Omumisiri ng'akuba omuntu Omwebbulaniya, ow'omu baganda be, era olw'ennaku gye yawulira yatta Omumimisiri. Kino bwe kyategerekeka, Musa n'adduka mu maaso ga Falaawo n'abeera mu nsi ye Midiyaani. N'alundanga endiga okumala emyaka amakumi ana, era nga kino kyali kigendererwa kya Katonda eyali anoonya okugezaako okutendeka Musa okukulemebera abantu eri ensi ensuubize.

Mu kiseera Katonda weeyayagalira, Kwe kuyita Musa n'amulagira okukulemberamu aba Isiraeri okuva mu nsi y'e Musiri okubatwala eri ensi y'e Kanani, ensi eyali ekulukutiramu amata n'omubisi gw'enjuki.

Engeri Falaawo gye yalina omutima omugumu, teyawuliriza kiragiro kyali kivudde wa Katonda okuyita mu Musa. Era ekyavaamu, Katonda n'asindikira abantu b'e Misiri ebibonoobono kkumi era lwampaka n'aggya aba Isiraeri okuva mu nsi ey'e Misiri.

Baamala kuyita mu bulumi bw'okufiirwa abaana baabwe ababereberye olwo Falaawo n'abantu be lwe baafukamira mu maaso ga Katonda era n'aba Isireari lwe baasobola okuteebwa okuva mu busibe. Katonda Yennyini yalung'amya aba Isiraeri mu buli kigere ky'olugendo lwabwe; Katonda yayawula Ennyanja Emyufu basobole okuyita awakalu okudda erudda. Bwe baali tebalina mazzi ga kunywa, Katonda n'asumulula ensulo mu jjinja era bwe baali tebalina mmere ya kulya, Katonda n'asindika mana n'obugubi. Katonda yakola eby'amagero bino n'ebyewuunyo okuyita mu Musa okusobola okulaba nti obukadde n'obukadde bw'aba Isiraeri baba bulungi okumala emyaka amakumi ana.

Katonda omwesigwa yakulemberamu abantu ba Isiraeri eri ensi ya Kanani okuyita mu Yoswa, Ey'adda mu bigere bye Musa. Katonda yayamba Yoswa n'abantu be okusala omugga Yolodaani mu ngeri eya Katonda, era n'abaganya okuwamba ekibuga Yeriko. Era mu ngeri Ye, Katonda yabakkiriza okuwangula n'okweddiza ensi ye Kanani ekulukuta n'amata n'omubisi gwe njuki.

Kale, okuwambibwa kwa Kanani tegwali mukisa gwa Katonda eri aba Isiraeri kyokka, wabula endaba ye ey'ebintu ejjudde obwenkanya bwe yalaba ng'abaali babeera mu Kanani baali b'onoonese nnyo n'ekibi. Okwonoona kw'abaali babeera mu nsi ye

Kanani kwali kugenze wala okutuuka okusalirwa omusango, era mu bwenkanya Bwe n'akkiriza aba Isiraeri okutwala ensi eno.

Nga Katonda bwe yagamba Yibulayimu, "Ne mu mirembe egy'okuna balikomawo nate wano" (Olubereberye 15:16), Ezzadde lya Yibulayimu, Yakobo n'abaana be bwe baava mu Kanani okugenda mu Misiri, ne babeera eyo, era ezzadde lyabwe ery'addako n'erikomawo mu nsi y'e Kanani.

Dawudi Yateekawo Isiraeri ey'amaanyi

Oluvanyuma lw'okuwamba ensi ye Kanani, Katonda N'afuga Isiraeri okuyita mu balamuzi ne bannabbi mu kiseera ky'abalamuzi era eky'avaamu, Isiraeri n'efuuka obwakabaka. Mu bufuzi bwa Kabaka Daudi eyayagala Katonda okusinga ekintu ekirala kyonna, emisingi egikola eggwanga gyateekebwaawo.

Mu myaka gye egy'ekivubuka, Daudi yatta omulwanyi n'amige omufirisuuti n'envumuulo ey'ejjinja era olw'okusiima obuweereza bwe buno mu ddwaniro Daudi yakuzibwa okusinga abalwanyi bangi mu ggye lya Kabaka Saulo. Daudi bwe yaddayo eka ng'amaze okuwangula Abafirisuuti, abakazi bangi baayimba nga bwe bazanya, ne bagamba nti, "Saulo asse enkumi ze, ate Daudi enkumi n'enkumi ze." Era aba Isiraeri ne batandika okwagala Daudi. Kabaka Saulo n'atandika okuteekawo enkwe ez'okutta Daudi olw'obuggya.

Mu kiseera Saulo weyayagalira okutta Daudi, Daudi yafuna emirundi ebiri we yali ayinza okuttira kabaka, naye n'agaana okutta kabaka eyali alondeddwa Katonda Yennyini. Yakola birungi byokka eri kabaka. Olumu, Daudi yavuunama amaaso ge ne yeeyanza, n'agamba Kabaka Saulo, "Era, kitange, laba weewaawo, laba ekirenge ky'ekyambalo kyo mu ngalo zange: kale kubanga nsaze ku kirenge ky'ekyambalo kyo ne sikutta, tegeera olabe nga tewali kabi newakubadde ekyonoono mu mukono gwange, so sikusobezza newakubadde ng'oyigganya obulamu bwange okubukwata" (1 Samwiri 24:11).

Daudi, eyalina omutima ng'ogwa Katonda yennyini, yanoonyanga bulungi mu bintu byonna ne bwe yafuuka kabaka. Mu bufuzi bwe, Daudi yafuga obwakabaka bwe n'obwenkanya era n'abunyweza.

Nga Katonda bwe yatambula ne Kabaka, Daudi yali muwanguzi mu ntalo ze n'amawanga agamulinaanye ag'aba Firisuuti, aba Mowaabu, aba mereki, aba Amoni, n'aba Asudodi, saako aba Yabesi. Yagaziya ensalo za Isiraeri era ebyo ebyanyagibwanga mu ntalo ne byongera ku bugagga bw'obwakabaka bwa Daudi. Bwatyo, yabeera mu kiseera eky'okukulaakulana.

Daudi era yatambuza esanduke ya Mukama ey'endagaano n'agiza e Yerusaalemi, n'ateekawo amateeka g'okuwaayo ebiweebwaayo, era n'anyweza okukkiririza mu MUKAMA Katonda. Kabaka era n'azimba Yerusaalemi ekibuga ky'ebyobufuzi n'eby'eddiini era n'akola entegeka zonna ez'okuzimba Yeekaalu ya Katonda Entukuvu eyali ey'okuzimbibwa mu kiseera ky'obufuzi bwa mutabani we Kabaka Sulemaani.

Mu byafaayo byayo byonna, Isiraeri ye yali ensi esinga amaanyi n'okunyirira mu biseera by'obufuzi bwa Kabaka Daudi, era Kabaka Daudi yali kabaka eyeegombebwa ennyo abantu be era n'aweesa nnyo Katonda ekitiibwa. Okusinga byonna bino, nga Daudi yali musajja wa w'amaanyi okuba nga Omununuzi yali wa kuva mu lunyiriri lwe mu zzadde ly'abaana be!

Eliya Yakomyaawo Emitima gy'aba Isiraeri eri Katonda

Mutabami wa Kabaka Daudi, yasinzanga bakatonda abalala mu nnaku ze ez'oluvanyuma era obwakabaka ne bu kutulwamu bibiri oluvanyuma lw'okufa kwe. Mu bika ekkumi n'ebibiri ebya Isiraeri, kkumi ku byo byakola obw'akabaka bw'omu ma mbuka ebika ebisigaddewo ne bikola obwakabaka obw'ekyemmanga.

Mu Bwakabaka bwa Isiraeri, Ba nnabi Amosi ne Koseya baalaga okwagala kwa Katonda eri abantu Be, kyokka nga bo ba nnabbi Isaaya ne Yeremiya baatuukiriza obuweereza mu Bwakabaka bwa Yuda. Mu kiseera Katonda weyayagaliranga, yatumanga bannabbi Be okutuukiriza okwagala Kwe mu bo. Omu ku bo yali Nnabbi Eliya. Eliya obuweereza bwe yabukolera mu kiseera ky'obufuzi bwa Kabaka Akabu mu bwakabaka obw'ekyengulu.

Mu kiseera kya Eliya, Nabakyala w'abamawanga Yazeberi yaleeta Baala mu Isiraeri era okusinza ebifaananyi ne kuba kw'amaanyi mu bwakabaka. Omulimu ogw'asooka Nnabbi Eliya gwe yalina okukola gwali gwa kugamba Kabaka Akabu nti tewajja kubeera nkuba mu Isiraeri okumala emyaka esatu n'ekitundu olw'obusungu bwa Katonda ku bo olw'okusinza bakatonda abalala.

   Nnabbi bwe yagambibwa nti kabaka ne nabakyala baali bagezaako okumutta, Eliya n'addukira e Zalefaasi ekya Sidoni. Namwandu yamuwa olubatu lw'obuta, era olwa kino Eliya n'alaga eky'amagero eky'ewunyisa eri namwandu era ppipa ye ey'obutta teyakendeera wadde akasumbi k'amafuta tegaggwaawo okutuusa enjala lwe yaggwaayo. Oluvanyuma, Eliya yazuukiza omufu wa namwandu.

Waggulu ku lusozi Kalumeeri, Eliya yalwanagana ne bannabbi ba Baala 450 saako bannabbi ba Asira 400 era n'ayita omuliro gwa Katonda okuva mu ggulu. Okusobola okuggya emitima gy'aba Isiraeri ku kusinza bakatonda abalala abazze eri Katonda, Eliya yazimba ekyoto kya Mukama, n'afuka amazzi ku kiweebwayo n'ekyoto, era n'asaba Katonda n'omutima gwe gwonna.

"Ai MUKAMA Katonda, wa Ibulayimu, owa Isaaka ne Isiraeri, kitegeerebwe leero nga ggwe Katonda mu Isiraeri, era nga nze ndi muddu wo, era nga nkoze bino byonna lwa kigambo kyo. Mpulira, ai Mukama, mpulira abantu bano bamanye nga gwe, MUKAMA, gwe Katonda, era ng'okyusizza emitima gyabwe okuddayo."
Awo omuliro gwa Mukama ne gugwa ne gwokya ekiweebwayo ekyokebwa n'enku n'amayinja n'enfuufu, ne gukombera ddala amazzi agaali mu lusalosalo.Awo abantu bonna bwe baakiraba ne bavuunama amaaso gaabwe, ne boogera nti "MUKAMA ye Katonda; MUKAMA ye Katonda." Awo Eliya n'abagamba nti Mukwate bannabbi ba Baali; waleme okuwona n'omu, ne babakwata: Eriya n'abaserengesa eri akagga Kisoni n'abattira eyo (1 Bassekabaka 18:36-39).

Okwengereza kw'ekyo, yayita enkuba okuva mu ggulu oluvanyuma lw'emyaka esatu n'ekitundu egy'ekyeya, Yasala omugga Yoludaani ng'alinga atambulira ku ttaka ekkalu era n'awa obunnabbi ku bintu ebyali eby'okubaawo. Ng'alaga amaanyi ga Katonda eg'ekitalo, Eliya yaweera Katonda omulamu obujjulizi.

2 Bassekaba 2:11 wasoma nti, "Awo olwatuuka nga [Eliya ne Elisa] bakyatambula nga balojja, laba, ne walabika eggaali ery'omuliro n'embalaasi ez'omuliro ne zibaawula bombi; Eriya n'alinnya mu ggulu n'embuyaga ez'omuzimu.." Olw'okuba Eliya yasanyusa Katonda olw'okukkiriza kwe okwali okwa waggulu ennyo era n'afuna okwagala Kwe n'okukkirizibwa, Nnabbi yalinnya mu ggulu nga talabye kufa.

Danyeri Yalaga Ekitiibwa kya Katonda eri Amawanga

Nga wayiseewo emyaka bibiri mw'ataano, ng'awo mu 605 nga Kristo tannajja, mu mwaka ogw'okusatu nga Kabaka Yekoyakimu yafuga, Yerusaalemi yagwa oluvanyuma lw'okuzingizibwa Kabaka Nebukadduneeza ow'e Babulooni era bangi ku b'omu lulyo olulangira mu Bwakabaka bwa Yuda baatwalibwa ng'abawambe.

Ng'emu ku nkola za Nebukadduneeza ey'okuzaawo obumu, kabaka yalagira Asupenaazi, omukulu w'abalaawe be, ayingize abamu ku baana ba Isiraeri, ab'omu zzadde lya kabaka n'ery'abakungu, abavubuka abataaliko bulemu, wabula abamaaso amalungi, era abategeevu mu magezi gonna, era abakabakaba mu kutegeera era abaamanya ebiyigirizibwa, era abasaanira okuyimirira mu nnyumba ya kabaka. Era kabaka n'amulagira abayigirizenga amagezi ag'abakaludaaya n'olulimi lwabwe, era mu bavuka ab'ekika ekyo mwe mwali ne Danyeri (Danyeri 1:3-4).

Wabula, Danyeri n'amalirira mu mutima gwe obuteeyonoonyesanga n'emmere ya kabaka, newakubadde n'omwenge gwe yanywanga, kye yava asaba omukulu w'abalaawe aleme okweyonoonyesanga (Danyeri 1:8).

Wadde baali baawambibwa mu lutalo, Katonda n'alabisa Danyeri ekisa n'okusaasira mu maaso g'omulaawe olw'okuba Yamutya mu mbeera yonna ey'obulamu bwe. Katonda y'awa Danyeri n'emikwano gye amagezi n'okumanya n'okutegeera mu kuyiga kwonna n'amagezi. Danyeri n'aba omukabakaba mu kwolelesebwa kwonna ne mu birooto (Danyeri 1:17).

Yensonga lwaki yeeyongera okuganja n'okussibwa ku mwanjo bakabaka wadde obwakabaka bwali bwakyuka. Olw'okuba Kabaka Daliyo ow'e Perusi yalaba nga omwoyo gwa Danyeri si gwa bulijjo, n'ayagala akuzibwa abeera waggulu w'abamasaza mu bwakabaka bwonna. Abakulu n'abamasaza ne balyoka bakwatirwa Danyeri obuggya era ne balyoka banoonya ensonga eneesinga Danyeri mu bigambo eby'obwakabaka. Naye ne batayinza kulaba nsonga newakubadde akabi.

Bwe baategera nti Danyeri asaba Katonda emirundi esatu olunaku, abakulu n'abaamasaza ne bakung'aana eri kabaka, ne bamugamba ateeke etteeka lya kabaka, n'okulagira ekiragiro ekinywevu, nga buli anaasabanga katonda yenna oba omuntu yenna ennaku amakumi asatu, atali kabaka, alisuulibwa mu mpuku ey'empologoma. Danyeri teyakankana; wadde yali mu katyabaga ak'okufiirwa ekitiibwa kye, ekifo kye ekya waggulu, n'obulamu bwe okusuulibwa mu mpuku y'empologoma, yeeyongerayo n'okusaba, ng'atunudde eri Yerusaalemi, nga bwe yalinga akola.

Olw'ekiragiro kya kabaka, Danyeri yasuulibwa mu mpuku y'empologoma naye olw'okuba Katonda yasindika malayika We n'aziba obumwa bw'empologoma, Danyeri teyakolebwako kabi konna. Kino Kabaka bwe yakitegeera, Kabaka Daliyo n'awandiika eri abantu bonna, amawanga n'abasajja aba buli lulimi abaali babeera mu nsi zonna ng'abalagira okutendereza n'okusinza saako okuddiza Katonda ekitiibwa:

Nteeka etteeka, mu matwale gonna ag'obwakabaka bwange abantu bakankanenga batyenga mu maaso ga Katonda wa Danyeri kubanga oyo ye Katonda omulamu, era omunyewevu emirembe gyonna, n'obwakabaka bwe bwe butalizikirizibwa n'okufuga kwe kulituukira ddala ku nkomerero: awonya era alokola, era akola obubonero n'ebyamagero mu ggulu ne mu nsi: eyawonya Danyeri eri amaanyi g'empologoma (Danyeri 6:26-27).

Okwongereza ku bajajja b'okukkiriza abasookawo abaamanyibwa

ennyo olw'okwagala Katonda aboogeddwako waggulu, tewali bungi bwa mpapula wadde bwiino biyinza kumala okunyonyola ebikolwa eby'okukkiriza ebya Gidiyooni, Baraka, Samusooni, Jesafi, Samwiri, Isaaya, Yeremiya, Ezekyeri, Mikwano gya Danyeri esatu, Eseza, ne bannabbi abalala bonna abayogerwako mu Baibuli.

Bajjajja b'okukkiriza Ab'amaanyi Ab'a Mawanga Gonna Ag'oku Nsi

Okuva mu nnaku ezasookera ddala ez'eggwanga lya Isiraeri, Katonda yennyini yakulemberamu olugendo lw'ebyafaayo byayo. Buli Isiraeri bwe yeesanganga mu buzibu, Katonda yabasumululanga okuyita mu bannabbi beyategeka, era n'akulemberamu eby'afaayo bya Isiraeri.

N'olwekyo, ekitali ku byafaayo bya nsi ndala yonna, byo ebyafaayo bya Isiraeri bibadde bijja bibaawo okusinziira ku kigendererwa kya Katonda okuva ku nnaku za Ibulayimu era bijja kweyongera okubaawo okusinziira ku nteekateeka ya Katonda okutuusa ku nkomerero.

Katonda okulonda n'okukozesa ba taata b'okukkiriza mu bantu ba Isiraeri olw'ekigendererwa Kye n'enteekateeka Ye tekyali ky'abalonde Be bokka, aba Isiraeri wabula n'olw'abantu bonna awalala yonna abakkiririza mu Katonda.

Kubanga Ibulayimu talirema kufuuka ggwanga ddene er'amaanyi, era amawanga gonna ag'omu nsi galiweerwa omukisa mu ye (Olubereberye 18:18).

Katonda ayagala "amawanga gonna ag'oku nsi," okufuuka abaana ba Ibulayimu olw'okukkiriza era bafune emikisa gya Ibulayimu. Abalonde Be aba Isiraeri si baaterekedde emikisa bokka. Katonda yasuubiza Yibulaimu mu Lubereberye 17:4-5 nti yali wa kuba kitaawe w'amawanga amangi, era mu Lubereberye 12:3 nti ebika byonna eby'oku nsi mu ye mwe biriweerwa omukisa. Olubereberye 22:17-18 nti era mu zadde lye amawanga gonna ag'oku nsi mwe galiweerwa omukisa.

Era, okuyita mu byafaayo bya Isiraeri byonna, Katonda aguddewo ekkubo ng'omwo amawanga gonna gajja kutegeera nti MUKAMA Katonda yekka ye Katonda omutuufu, bamuweereze, era bafuuke abaana Be abatuufu abamwagala.

Mbuuzibwako abo abatambuuzangako; ndabiddwa abo abatannonyangako: nagamba nti Ndaba, ndaba, eri eggwanga eritatuumibwanga linnya lyange (Isaaya 65:1).

Katonda yateekawo bajjajja b'okukkiriza ab'amaanyi era ye yennyini abadde abalung'amya n'okufuga ebyafaayo bya Isiraeri okusobola okukkiriza bombi ab'amawanga n'abalonde Be aba Isiraeri okuyita erinnya Lye. Katonda yali atuukirizza ebyafaayo by'okuteekateeka Kwe okw'abantu, naye ate n'anoonyaayo enteekateeka endala esobola okutwala okuteekateeka kuno n'eri abamawanga. Eyo y'ensonga lwaki ekiseera we yayagalira bwe kyatuuka Katonda n'asindika omwana We eri ensi ya Isiraeri si ng'omununuzi w'aba Isiraeri bokka wabula ow'abantu bonna.

Abantu Abaweera Yesu Kristo Obujjulizi

Mu byafaayo by'okuteekateeka omuntu byonna, Isiraeri bulijjo ebaddenga ku mwanjo wennyini mu kutuukiriza ekigendererwa kya Katonda. Katonda yeeraga eri ba taata b'okukkiriza, n'abasuubiza ebintu ebyali bijja okubaawo, era n'abituukiriza nga bwe Yasuubiza. Era yagamba n'aba Isiraeri nti Omununuzi yali wa kuva mu kika kya Yuda mu nnyumba ya Daudi oyo o'wokulokola amawanga gonna ag'oku nsi.

N'olwekyo, Isiraeri erindiridde Omununuzi eyayogerwako mu bunnabbi mu Ndagaano Enkadde. Omununuzi ye Yesu Kristo. Kale, bo abantu abakkiriza mu Buyudaaya tebakkiriza nti Yesu ye Mwana wa Katonda Omununuzi, wabula bakyalindirira okujja Kwe.

Naye, Omununuzi oyo Isiraeri gwalindirira n'Omununuzi kumpi Essuula eno yonna gwe wandiikako y'omu.

Abantu boogera ki ku Yesu Kristo? Bwe weekenenya obunnabbi obwayogerwa ku Mununuzi n'engeri gye bwatuukirizibwaamu, n'ebisaanyizo by'Omununuzi, ojja kukasa nti teri mununuzi mulala Isiraeri gwerindiridde okujjako Yesu Kristo.

Paulo, Eyali Ayigganya Yesu Kristo Afuuka Omutume We

Paulo yazaalibwa mu Taluso, e Sirisia, eyitibwa Turkey ebiseera bino, emyaka nga 2,000 egiyise, era erinnya lye ery'obuzaale ye yali Sawulo. Sawulo yakomolebwa oluvanyuma lw'ennaku munaana ng'azaaliddwa era yali ava mu ggwanga lya Isiraeri, ng'ava mu kika kya Benjamini, era omu Bebulaniya owe bebulaniya. Sawulo yali talinaako musango gwonna okusinziira ku Mateeka. Era yasomera Gamalia, era nga musomesa w'amateeka eyali aweebwa ekitiibwa abantu bonna. Yagoberera nnyo amateeka g'abajjajja be era obutuuze bwe bwali mu bwakabaka bw'aba Ruumi ng'eno y'ensi eyali esinga amaanyi mu nsi yonna mu kiseera ekyo. Kwe kugamba, Sawulo yali talina kyatalina mu by'omubiri bwe tuba twogera ku maka mwe y'ava, olunnyiriri, amagezi, obugagga, oba obuyinza bye yalina.

Olw'okuba yayagala nnyo Katonda okusinga ekintu ekirala kyonna, Sawulo n'amaanyi ge gonna yayigganya abagoberezi ba Yesu Kristo. Kyaba bwe kityo olw'ensonga nti bwe yawulira Abakristaayo bye baayogeranga nti Yesu eyakomererwa ye Mwana wa Katonda era Omulokozi nti era Yesu yazuukizibwa ku lunaku olw'okusatu ng'amaze okuziikibwa, Sawulo n'alaba nga kuno kuba kuvvoola Katonda Yennyini.

Sawulo era yalowooza nti abagoberezi ba Yesu Kristo baali bayinza okumalawo enjigiriza ye kifirisuuti ey'obuyudaaya gye yali ayagala ennyo. Olw'ensonga eyo, Sawulo yayigganyanga n'okusaanyaawo ekanisa obutakoowa era na kulemberamu okukwata abakkiriza ba Yesu Kristo.

Yasiba mu kkomera Abakristaayo bangi n'abakubako akalulu bwe batibwanga. N'abonerezanga n'abakkiriza bonna mu makung'aniro, N'agezaako okubakaka okuvvoolerayo Yesu Kristo, era n'asigala ng'abanoonya ne bwe baabanga baddukidde mu bibuga ebirala.

Awo Sawulo n'atuukibwako ekintu ekitayinza kwerabirwa nga kino kyakyusa obulamu bwe. Bwe yali agende e Ddamasiko, amangu ago omusana oguva mu ggulu ne gumwakira okumwetooloola.

"Sawulo, Sawulo, onjigganyiza ki?"
"Ani ggwe, Mukama wange?"
"Nze Yesu, gw'oyigganya ggwe."

Sawulo n'agolokoka wansi, amaaso ge bwe gaazibuka, n'ataaba kintu: ne bamukwata ku mukono ne bamuleeta e Ddamasiko. N'amala ennaku ssatu nga talaba, era nga talya, wadde nga tanwya. Oluvanyuma lw'ekyo okubaawo, Mukama n'amugamba mu kwolesebwa nti Ananiya.

Golokoka ogende mu kkubo eriyitibwa Eggolokofu, obuulirize mu nnyumba ya Yuda omuntu erinnya lye Sawulo ow'e Taluso; kubanga, laba, asaba; era alabye omuntu, erinnye Ananiya, ng'ayingira, ng'amussaako emikono azibule... Genda; kubanga oyo kye kibya ekironde gye ndi okutwalanga erinnya lyange mu maaso g'amawanga ne bakabaka n'abaana ba Isiraeri, Kubanga ndimulaga ebigambo bwe biri ebingi ebimugwanidde okubonyaabonyezebwa olw'erinnya Lyange (Ebikolwa by'abatume 9:11-12,15-16).

Ananiya bwe yateeka emikono gye ku Sawulo, amangu ago ku maaso ne kuba ng'okuvuddeko amagamba, amaaso ge ne gazibuka. Ng'amaze okusisinkana Mukama, Sawulo n'ategeera ebibi bye, era ne yeetuuma "Paulo," ekitegeeza "omusajja omutono." Okuva kw'olwo, Paulo yabuulira enjiri ya Katonda omulamu ne Yesu Kristo eri Abamawanga nga tatya.

Kubanga mbategeeza, ab'oluganda, nti enjiri eyabuulirwa nze si giweebwa muntu so siyigirizibwanga wabula mu kubikkulirwa kwa Yesu Kristo. Kubanga mwawulira bwe nnabanga edda mu mpisa z'Ekiyudaaya, nga nnayigganyanga ekkanisa ya Katonda awatali kigera ne nginyaga, ne mpitirizanga mu mpisa z'Ekiyudaaya okusinga bangi bwe twakula mu ggwanga lyaffe, nga mbakiranga okubeera n'obuggya obungi ennyo mu mpisa ze nnaweebwa bajjajjange. Naye Katonda bwe yasiima, eyanjawula okuva mu lubuto lwa mmange, n'ampita olw'ekisa kye, okubikkulira Omwana we mu nze, ndyoke mmubuulirenga mu b'amawanga; amangu ago ssaateesa na mubiri wadde na musaayi: so ssaayambuka mu Yeusaalemi eri abo abansooka okubeera abatume; naye nagenda mu Buwalabu, ne nkomawo nate mu Ddamasiko (Abaggalatiya 1:11-17).

Ne bwe yamala okusisinkana Mukama Yesu Kristo n'okubuulira enjiri, Paulo yagumira ebizibu ebya buli kika ebitagambika. Paulo yateranga nnyo okwesanga mu kufuba n'okukoowa, mu kutunulanga emirundi emingi, mu njala n'ennyonta, mu kusiibanga emirundi emingi, mu mpewo n'okubeera obwereere, (2 Abakkolinso 11:23-27).

Yandibadde mu bulamu obweyagaza era obutaliimu bizibu ng'alina ekitiibwa, obuyinza, ng'era mumanyi, era ng'alina amagezi naye Paulo byonna yabyerekereza n'awaayo byonna bye yalina eri Mukama Yekka.

Kubanga nze ndi muto mu batume, atasaanira kuyitibwa mutume, kubanga nnayigganya ekkanisa ya Katonda. Naye olw'ekisa kya Katonda bwe ndi bwe ndi; n'ekisa kye ekyali gye ndi tekyali kya bwereere, naye nnakola emirimu mingi okusinga bonna; naye si nze, wabula ekisa kya Katonda ekyali nange (1 Abakkolinso 15:9-10).

Paulo yali asobola okwogera nga tatya mu ngeri eno kubanga yali asisinkanidde ddala Yesu Kristo. Mukama teyamala gasisinkana Paulo ng'ali mu kkubo agenda e Ddamasiko wabula yakakasa okubeerawo Kwe awali Paulo ng'alaga ebikolwa Bye eby'amaanyi eby'ewunyisa okuyita mu ye.

Katonda yakola eby'amagero ebitasangika okuyita mu mikono gya Paulo, okuba nti n'obutambaala oba ebikubiro eby'avanga ku mubiri gwe byatwalibwanga abalwadde, era endwadde n'emyoyo emibi ne bibawonako. Paulo era yazuukiza omuvubuka omuto ayitibwa Eutakaasi bwe yagwa okuva ku mwaliriro ogw'okusatu era n'agibwaawo nga mufu. Okuzuukiza omuntu si kyangu okujjako ng'omuntu alina amanyi ga Katonda.

Endagaano Enkadde eyogera nti Nnabbi Eliya yazuukiza omwana omulenzi owa namwandu e Zarefaasi ne nnabbi Elisa yazuukiza omwana omulenzi ow'omukazi ow'amaanyi e Sunemu. Nga omuwandiisi wa zabuli bwe yawandiika mu 62:11 nti, "Katonda yayogera omulundi gumu, mpulidde bwentyo emirundi ebiri, nti Katonda ye nannyini buyinza," amaanyi ga Katonda gaweebwa abasajja ba Katonda.

Mu ng'endo ze ez'obu minsane esatu, Paulo yateekawo omusingi gwe njiri ya Yesu Kristo okubuulirwa eri amawanga gonna, ng'azimba amakanisa mangi eyo ku ssemazinga Asia ne Bulaaya omuli ne Asia entono ne Guliiki. N'olwekyo, oluguudo lwali lugule nga muno enjiri ya Yesu Kristo yali yakubuulirwa eri buli kanyomero konna ak'oku nsi era emyoyo egiwerera ddala giryoke girokolebwe.

Peetero Yalaga Amaanyi mangi era N'alokola n'emyoyo mingi

Tuyinza kwogera ki ku Peetero oyo eyakulemberamu enteekateeka ey'okubuulira enjiri eri Abayudaaya? Yali omuvubi owa bulijjo nga tannasisinkana Yesu, naye oluvanyuma bwe yayitibwa Yesu era ne yeerabirako ebintu ebirungi ennyo Yesu bye yakolanga, Peetero yafuuka omu ku bayigizwa Be yali asinga okwagala.

Peetero yalaba Yesu ng'alaga amaanyi nga tewali muntu yenna asobola kugagezaako, omuli okuzibula amaaso g'abazibe, abalema okuyimirira, okuzuukiza abafu, n'alaba Yesu ng'akola ebikolwa ebirungi, era n'alaba Yesu nga bwe yakwatangamu obunafu bw'abantu n'engeri embi gye beeyisangamu, Peetero yasobola okukkiriza nti, "Ddala y'ava wa Katonda." Mu matayo 16 tulaba bwe yayogera nti.

Yesu yabuuza abayigirizwa Be, "Mmwe mumpita mutya?" (olu. 15) Awo Peetero n'addamu nagamba nti, "Ggwe Krisito Omwana wa Katonda omulamu" (v. 16).

Wabula ne wabaawo ekintu ekyali kitasuubirwa kubeera ku Peetero mu ngeri ey'obuvumu gye yayogeramu nga bwe tulabye waggulu. Kyokka nga ne ku kijjulo ekisembayo Peetero yaddamu n'agamba Yesu nti, "Bonna bwe baneesittala ku lulwo, nze seesittale" (Matayo 26:33). Naye ekiro Yesu lwe yakwatibwa n'akomererwa, Peetero yeegaana Yesu nti tamumanyi emirundi esatu ng'atya okutibwa.

Nga Yesu amaze okuzuukira n'agenda mu ggulu, Peetero yafuna Omwoyo Omutukuvu era n'akyusibwa mu ngeri etasangika. Yawaayo obulamu bwe bwonna eri okubuulira enjiri ya Yesu Kristo nga tatya kufa. Olumu abantu 3,000 beenenya era ne babatizibwa bwe yaweera Yesu Kristo obujjulizi nga tatya. Ne mu maaso g'abakulembeze g'abayudaaya abaali bamutiisatiisa okumutta, yayogeranga awatali kutya kwonna nti Yesu Kristo ye Mukama waffe era Omulokozi.

Mwenenye, mubatizibwe buli muntu mu mmwe okuyingira mu linnya lya Yesu Kristo okuggibwako ebibi byammwe, munaaweebwa ekirabo gwe Mwoyo Omutukuvu. Kubanga okusuubizibwa kwammwe era kwa baana bammwe n'abo bonna abali ewala, bonna abaliyitibwa Mukama Katonda waffe. (Ebikolwa by'atume 2:38-39).

Oyo lye jjinja eryanyoomebwa mmwe abazimbi, erifuuse ekkulu ery'oku nsonda. So tewali mu mulala bulokozi, kubanga tewali na linnya ddala wansi w'eggulu ery'aweebwa abantu eritugwanira okutulokola (Ebikolwa By'abatume 4:11-12).

Peetero yayolesa amaanyi ga Katonda ng'alaga obubonero bungi n'ebyewuunyo. E Lidda, Peetero yawonya omusajja eyali yagongobala emyaka munaana, n'e Yopa okumpi awo, yazuukiza

Tabbisa eyali alwadde n'afa. Peetero era yatambuza abalema, yawonya abantu endwadde ez'enjawulo, era n'agoba n'emizimu. Amaanyi ga Katonda gaagendanga ne Peetero okutuuka n'okuba nti abantu beetikanga abalwadde ne babagalamiza mu nguudo ku bitanda n'emikeeka nga basabirira peetero okuyitako awo ekisikirize kye waakiri kibagweko (Ebikolwa by'abatume 5:15).

Okwongereza kw'ekyo, Katonda yalaga Peetero mu kubikkulirwa nti enjiri ey'obulokozi yali yakuleetebwa eri Abamawanga. Olunaku lumu, Peetero yagenda waggulu ku nnyumba okusaba, n'awulira ng'enjala emuluma era n'ayagala okubaako ky'alya. Emmere bwe yali ekyategekebwa, Omwoyo gwe ne guwaanyisibwa, n'alabaa eggulu nga libikkuse, ekintu ne kimukkira nga kifaanana essuuka ennene. Nga mu kyo mulimu ebisolo byonna ebirina amagulu ana, n'ebyekulula eby'ensi, n'ennyonyi ez'omu bbanga. (Ebikolwa by'abatume 10:9-12). Peetero n'awulira eddoboozi.

Eddoboozi ne lijja eri Peetero nti. "Golokoka, Peetero, osale olye!" (olu. 13) Naye Peetero n'gamba nti, "Nedda, Mukama wange; kubanga sirya nga kya muzizo newakubadde ekibi," (olu. 14). Eddoboozi nate (ne lijja) gyali omulundi ogw'okubiri nti, "Katonda bye yalongoosa tobifuulanga ggwe bya muzizo." (olu. 15).

Kino kyabaawo emirundi esatu, era buli kimu ne kitwalibwa mu bbanga. Peetero teyategererawo lwaki Katonda yamulagira okubaako ekintu ky'alya "ekitali kiyonjo" okusinziira ku 'mateeka' ga Musa. Peetero bwe yali akyalowooza ku makulu g'okwolesebwa kwe yali afunye, Omwoyo Omutukuvu n'amugamba, "Laba, abantu basatu bakunoonya. Naye golokoka okke ogende nabo nga tobuusabuusa kubanga Nze mbatumye." (Ebikolwa by'abatume 10:19-20). Abasajja abasatu abaatumibwa Koluneeriyo owa mawanga eyali atumiza Peetero okugenda mu nyumba ye.

Okuyita mu kwolesebwa kuno, Katonda yalaga Peetero nti Katonda yali ayagala okusaasira kubuulirwe n'eri Abamawanga, era n'akubiriza Peetero okusaasaanya enjiri ya Mukama Yesu Kristo gye bali. Peetero yasanyuka nnyo olwa Mukama eyamwagala okutuuka ku nkomerero n'amukwasa n'omulimu ogw'omuwendo ogw'okuba omutume We wadde yamwegaana emirundi esatu wabula teyabalirira bulamu bwe mu kukulembera abantu abatabalika eri ekkubo ly'obulokozi, era n'afa ng'omujjulizi.

Omutume Yokaana y'awa obunnabbi ku Nnaku ez'Oluvanyuma olw'Okubikkulirwa kwa Yesu Kristo

Yokaana yali muvubi mu kusooka e Galiraaya, naye ng'amaze okuyitibwa Yesu, Yokaana yatambulanga Naye era n'alabanga endaga Ye ey'obubonero n'ebyewuunyo. Yokaana yalaba Yesu ng'akyusa amazzi okufuuka omwenge ku mbaga y'obugole e Kaana, ng'awonya abalwadde abatabalika omuli n'omuntu eyali yakamala n'ekirwadde emyaka asatu-mu munaana, nga bwagoba emizimu okuva mu bangi, n'okuzibula abazibe amaaso. Yokaana era yalaba Yesu ng'atambula ku mazzi n'okuzuukiza obulamu bwa Lazaalo eyali afudde ng'amaze ennaku nnya nga mufu.

Yokaana yali ne Yesu, lwe yakyusibwa (amaaso Ge ne gayakayakana ng'omusana, n'ebyambalo Bye ne bitukula ng'ekitangaala) era n'ayogera ne Musa wamu ne Eliya waggulu ku lusozi. Yesu ne bwe yali assa ogw'enkomerero ku musalaba, Yokaana yawulira nga Yesu agamba Malyamu omubeererevu nti:

"Omukazi, laba omwana wo!"
"Laba, maama wo!"

N'ekigambo kino eky'okusatu mu byasembayo Yesu bye yayogerera ku musaalaba, amakulu ga byo ag'okungulu Yesu yali abudaabuda Malyamu eyali amwettise n'okumuzaala naye nga mu makulu ag'omwoyo yali alangirira eri abakkiriza bonna babeerenga baaluganda, era ng'omu muganda w'omulala, n'omulala muzadde w'omu.

Yesu teyayitako Malyamu nti "maama". Yesu nga bwali Omwana wa Katonda naye Yennyini Katonda mu ngeri zonna, tewali n'omu yali ayinza kumuzaala bwatyo yali tayinza kubeera na maama. Ensonga lwaki Yesu yagamba Yokaana nti, "laba omwana wo, maama wo!" kyali lwa kuba, Yokaana yalina okulabirira Malyamu nga maama we. Okuva eddakiika eyo Yokaana yatwala Malyamu mu nnyumba ye era n'amulabirira nga maama we.

Oluvanyuma lw'okuzuukira kwa Yesu n'okugenda Kwe mu ggulu, yabuulira enjiri ya Yesu Kristo n'omutima gwe gwonna wamu n'abatume abalala wadde nga waaliwo okutiisibwatiisibwa okutakoma okuva mu Bayudaaya. Okuyita mu kubuulira kwabwe okw'enjiri okw'amaanyi, Ekanisa Eyasookawo yafuna okuddizibwa obuggya okulungi ennyo, ate mu kiseera kye kimu ng'abatume bwe bayita mu kuyigganyizibwa.

Yokaana Omutume yabuuzibwa akana n'akataano mu kakiiko akafuzi ak'Abayudaaya era oluvanyuma n'asuulibwa mu buto ey'esera ng'ekiragiro ky'omwana wa Kabaka w'abaruumi bwe kyali.

Naye Yokaana teyabaako kyalumwa kyonna wadde okubonaabona olw'Amaanyi ga Katonda n'ekigendererwa Kye, Era Omukulu w'obwakabaka n'amuwang'angusiza ku kizinga ky'omu Guliiki ekya Patumo mu nnyanja ennene. Eyo, Yokaana yawuliziganya ne Katonda mu kusaba era mu kwolesebwa okw'Omwoyo Omutukuvu n'okulung'amizibwa kw'aba malayika, yalaba okwolesebwa okw'ebuziba era n'awandiika okubikulirwa kwa Yesu Kristo.

Okubikkulirwa kwa Yesu Kristo, Katonda kwe yamuwa okulaga abaddu be ebigwanira okubaawo amangu; n'abuulirira mu malayika we ng'amutuma eri omuddu we Yokaana (Okubikkulirwa 1:1).

Mu kw'olesebwa kw'Omwoyo Omutukuvu, Yokaana Omutume yawandiika mu bujjuvu ebintu ebigenda okubaawo mu nnaku ez'oluvanyuma abantu bonna balyoke bakkirize Yesu Kristo ng'omulokozi waabwe era beetegeke okwamwaniriza nga Kabaka wa bakabaka era Mukama wa bakama mu kujja Kwe okw'omulundi ogw'okubiri.

Ba Memba b'Ekkanisa Eyasookawo Baanyweza Okukkiriza Kwabwe

Yesu eyali azuukidde bwe yagenda mu ggulu, Yasuubiza abayigirizwa Be nti ajja kudda mu ngeri y'emu gye bamulabye ng'agenda mu ggulu.

Abaalaba okuzuukira kwa Yesu n'okulinnya Kwe mu ggulu, baategera n'abo bajja kuzuukira era ne balekerawo okutya okufa. Bwe batyo bwa baabeerangawo ng'abajjulizi Be wakati mu kusisinkana okutiisibwa n'okuyigganyizibwa okw'abakulembeze b'ensi okwatwalanga obulamu bwabwe. Si bayigirizwa ba Yesu bokka abo abaamuweerezanga mu buweereza Bwe, wabula n'abalala bangi nnyo bafuuka emere y'empologoma e Kolossumu ekisangibwa mu Rooma, bangi batemwako emitwe, ne bakomererwa, ne bayokyebwa okuggwaawo. Wabula, bonna baanyweza okukkiriza kwabwe mu Yesu Kristo.

Okuyigganya Abakristaayo bwe kweyongera, ba memba b'Ekkanisa Eyasookawo beekweka mu biggya by' E Rooma, ebiyitibwa "ebiggya eby'awansi." Ne balabira eyo ennaku; baalinga abataali balamu. Olw'okuba okwagala kwabwe eri Mukama kwali kungi, era, tebaatya kugezesebwa kwonna wadde okubonyaabonyezebwa.

Ng'obukristaayo tebunnatongozebwa e Rooma, okubonyaabonya Abakristaayo kwali kubi nnyo, nga kujjudde eby'ettima ebitagambika. Abakristaayo bagibwangako obutuuze bwabwe, Baibuli n'ekkanisa ne byokyebwanga, n'abakulembeze b'ekkanisa wamu n'abakozi ne basibibwa, ne babonyaabonyezebwa bubi nnyo, era ne battibwa.

Polycarp ow'ekkanisa ye Smyrna esangibwa ku ssemazinga Asia Entono, yalina okussa ekimu ne Yokaana Omutume. Polycarp yali bisopu eyewaddeyo. Polycarp bwe yakwatibwa abasirikale Abaruumi era n'aleetebwa mu maaso ga Gavana, teyalekayo kukkiriza kwe.

"Saagala kukuswaza. Lagira Abakristaayo abo battibwe olwo nja kukuleka ogenda. Weegane Kristo!"

"Okumala emyaka kinaana mu mukaaga, mbadde muweereza We, era talina kabi ke yali ankoze. Nnyinza ntya okuvvoola Kabaka wange eyandokola?" Ne bagezaako okumutta nga bamwokya, naye olw'okuba kyalema, Bisopu Polycarp ow'e Smyrna y'afa ng'omujjulizi bwe baamufumita ekiso. Abakristaayo bangi bwe baalaba n'okuwulira ebyo Polycarp bye yali ayiseemu olw'okukkiriza n'enfa ye ey'ekijjulizi, Okwagala kwabwe eri Yesu Kristo kweyongera bweyongezi, era n'abo ne basalawo okufa ng'abajjulizi.

Abasajja Abaisiraeri, mwekuume eby'abantu bano, kye mugenda okubakolako. Kubanga edda mu biro ebyayita syuda yagolokoka ng'agamba nti ye muntu omukulu, abantu nga bikumi bina ne beegatta naye; n'attibwa, bonna abaamuwulira ne basaasaana, emirerembe ne gikoma. Oluvanyuma lwe n'agolokoka Yuda Omugaliraaya mu nnaku ez'okuwandiikibwa, n'atwala ekibiina okumugoberera: n'oyo n'abula, bonna abaamuwulira ne basaasaana. Ne kaakano mbagamba nti Mwebalame abantu bano mubaleke; kubanga okuteesa kuno n'omulimu guno oba nga bivudde mu bantu, birizikirira, naye oba nga bya Katonda, temuyinza kubizikiriza; muleme okulabika ng'abalwana ne Katonda (Ebikolwa by'abatume 5:35-39).

Nga Gamalyeri, omuyigiriza w'amateeka eyalina ekitiibwa mu bantu bwe yajjukiza abantu ba Isiraeri nga bwe kiri waggulu awo, enjiri ya Yesu Kristo eyava ewa Katonda Yennyini waali tewaliiwo egikira. Era eky'avaamu mu mwaka gwa 313 nga Yesu amaze okujja, Omukulu Konsitantiino yakkiriza Obukristaayo ng'eddiini ekkiriziddwa mu butongole mu bwakabaka bwe era enjiri ya Yesu Kristo n'etandika okubuulirwa eri ensi yonna.

Obujulizi ku Yesu Obwawandiikibwa mu Alipoota ya Piraato

Mu biwandiiko eby'ebyafaayo okuva mu biseera by'obwakabaka bwa Rooma, waliwo ebbaluwa empandiike mu mukono gw'omuntu ku kuzuukira kwa Yesu nga Pontiyaasi Piraato, Gavana w'obwakabaka bwa Rooma mu ssaza lya Juda mu biseera bya Yesu, ye yagiwandiika n'agisindikira mukulu mune.

Bino bye bimu ku katundu akagibwa mu alipoota ku kuzuukira kwa Yesu "Alipoota ya Piraato gye yawandiikira Caesar ku Kukwatibwa, Okuwozesebwa, n'Okukomererwa kwa Yesu," era nga kati ekuumibwa mu Hagia Sophia ekisangibwa e Istanbul, mu Turkey:

Nga wayise ennaku mbale nga entaana esangiddwa nga taliimu, Abayigirizwa be baalangirira eri ensi yonna nti Yesu yali azuukidde okuva mu bafu, nga Bwe yali akyogeddeko. Kino kyaleetawo okuccamukirira okusinga ne kukomererwa. Obutuufu obukirimu siyinza kugamba nti bu buno, naye nkoze okunoonyereza ku nsonga eno; era osobola okukwekeneenya, olabe oba nga ndi muccaamu, nga Kerodde bwa kiraba.

Yusufu yaziika Yesu mu ntaana ye. Oba yakirowoozaako nti anaazuukira oba yali alowooza kusima ndala, siyinza ku kumanya. Olunaku lumu oluvanyuma lw'okumuziika omu ku ba kabona yajja eri abalamuzi n'agamba nti baali balowooza nti abayigirizwa Be baali baagala kubba mubiri gwa Yesu bagukweke, kirabike ng'eyazuukidde mu bafu, nga bwe yali alagudde, era nga kino baali bakikakasa.

Nnamusindika eri kapiteni w'eggye ery'obwakabaka (Malukaasi) amugambe atwale abaserikale bangi abayudaaya, abeetoolooze entaana nga bwe kyali kyetaagibwa; kale singa wabaawo ekibaawo babeere nga beenenya bokka so si Abaruumi.

Okuccamukirira okw'amaanyi bwe kwatandika nti entaana yasangiddwa nkalu, Nneeyongerera ddala okutya. Nneentumya omusajja ono Yisiraamu eyampitiramu nga bwe nzijjukira embeera eno. Agamba yalaba ekitangaala ekirungi eky'empolampola ku ntaana. Okusooka, yalowooza nti osanga omukazi yali azze kuwunda mulambo gwa Yesus, kubanga eno ye yali empisa yaabwe, naye teyalaba we baali bayise bakuumi. Ng'ebirowoozo bino bikyatambula mu birowoozo bye, laba ekifo kyonna ne kitangaala era ne w'aba ng'awaali abafu abangi mu ngoye zaabwe ez'omu ntaana.

Bonna baalinga abaleekaana era nga bajjudde essanyu, kyokka nga wonna okwetooloola ne waggulu waaliyo ennyimba ezisinga obulungi ze yali awulidde era nga mu bbanga mulinga omujjudde amaloboozi agatendereza Katonda. Ekiseera kino kyonna ensi yalinga eyetooloola era ng'ereeta kamunguluze, era yali takyayinza kuyimirira. Yagamba nti ensi yonna yalinga eyetooloola yonna, era n'alekerawo okutegeera, era tamanyi kyabaawo.

Nga mu Matayo 27:51-53 bwe wasoma, "Ensi n'ekankana enjazi ne zaatika: entaana ne zibikkuka: emirambo mingi egy'abatukuvu abaali beebase ne gizuukizibwa; ne bava mu ntaana bwe yamala okuzuukira, ne bayingira mu kibuga ekitukuvu, abantu bangi ne babalaba.," Abakuumi Abaruumi b'awa obujjulizi nga bufaanagana.

Nga bamaze okuwandiika obujjulizi bw'abakuumi Abaruumi abaali balabye embeera eno ey'omwoyo, bwati Piraato bwe yawandiika ng'amaliriza alipoota ye, "Mbulako katono okugamba nti: 'Ddala ono yali Mwana wa Katonda."

Abajjulizi ba Mukama Yesu Kristo Abatabalika

Si bagoberezi ba Yesu bokka abo abaali bamuwereza mu buweereza Bwe nti beebaweera enjiri ya Yesu Kristo obujjulizi. Nga Yesu bwe yayogera mu Yokaana 14:13, "Na buli kye munaasabanga mu linnya lyange, ekyo nnaakikolanga, Kitange agulumirizibwenga mu Mwana," abajjulizi abatabalika bafunye okuddibwaamu kwa Katonda eri okusaba kwabwe era ne baweera Katonda Omulamu era Mukama Yesu Kristo okuva ku kuzuukira Kwe n'okugenda Kwe mu ggulu.

Naye muliweebwa amaanyi, Omwoyo Omutukuvu bw'alimala okujja ku mmwe, na mmwe munaabanga bajulirwa bange mu Yerusaalemi ne mu Buyudaaya bwonna ne mu Samaliya, n'okutuusa ku nkomerero y'ensi (Ebikolwa by'abatume 1:8).

Nnakkiriza Mukama oluvanyuma lw'okuwonyezebwa amaanyi ga Katonda endwadde zange zonna nga zino eddagala erya sayansi lyali liziremeddwa. Oluvanyuma n'alondebwa okuba omuweereza wa Mukama Yesu Kristo era, mbadde mbulira abantu bonna enjiri n'okulaga obubonero n'ebyewuunyo.

Nga bwe kyasuubizibwa mu nnyiriri ez'awaggulu ezo, abantu bangi bafuuse abaana ba Katonda nga b'afuna Omwoyo Omutukuvu era ne bawaayo obulamu bwabwe mu kubuulira enjiri ya Yesu Kristo n'amaanyi g'Omwoyo Omutukuvu. Bw'etyo enjiri bwetambuziddwa mu nsi yonna era abantu abatabalika leero basisinkana Katonda Omulamu n'okukkiriza Yesu Kristo.

Mugende mu nsi zonna, mubuulire enjiri eri ebitonde byonna. Akkiriza n'abatizibwa, alirokoka, naye atakkiriza omusango gulimusinga. Era obubonero buno bunaagendanga n'abo abakkiriza: banaagobanga emizimu mu linnya lyange; banaayogeranga ennini empya; banaakwatanga ku misota, bwe banaanywanga ekintu ekitta, tekiibakolenga kabi n'akatono; banassangako emikono abalwadde, nabo banaawonanga (Makko 16:15-18).

Ekanisa Entukuvu e Gologoosa eyazimbibwa amayinja,
Akasozi Kaluvaliya, mu Yerusaalemi

Essuula 2
Omununuzi eyasindikibwa Katonda

Katonda Asuubiza Omununuzi

Isiraeri yateranga nnyo okufiirwa obuyinza bwayo era bwetyo n'eba ng'erumbibwa n'okufugibwa ensi nga Persia ne Rooma. Okuyita mu bannabbi Be, Katonda yasuubiza nnyo omununuzi eyali ow'okujja nga Kabaka wa Isiraeri. Wayinza okuba nga tewaali nsulo ya ssuubi eri Abaisiraeri abaali mu kubonaabona erisinga ekisuubizo kya Katonda eky'omununuzi.

Kubanga omwana atuzaaliddwa ffe, omwana ow'obulenzi aweereddwa ffe,n'okufuga kunaabanga ku kibegabega kye: n'erinnya lye liriyitibwa nti Wa kitalo, Ateesa ebigambo, Katonda ow'amaanyi, kitaffe ataggwaawo, Omukulu ow'emirembe. Okufuga kwe n'emirembe tebirikoma kweyongeranga, ku ntebe ya Daudi, ne ku bwakabaka bwe, okubunyweza, n'okubuwanirira n'omusango n'obutuukirivu okuva leero n'emirembe n'emirembe. Obunyiikivu bwa Mukama ow'eggye bulituukiriza ekyo (Isaaya 9:6-7).

"Laba, ennaku zijja, bw'ayogera MUKAMA, "Lwe ndirosa eri Daudi Ettabi ettuukirivu, era alifuga nga ye kabaa, era alikola eby'amagezi, era alituukiriza emisango n'eby'ensonga mu nsi. Mu mirembe gye Yuda alirokoka, ne Isiraeri alibeera mirembe: era lino lye linnya lye ly'alituumibwa nti MUKAMA bwe butuukirivu bwaffe'" (Yeremiya 23:5-6).

Sanyuka nnyo, ggwe omuwala wa Sayuuni: yogerera waggulu, ggwe omuwala a Yerusaalemi! laba, kabaka wo ajja gyoli; ye mutuukirivu era alina obulokozi: muwombeefu, era nga yeebagadde endogoyi, n'akayana omwana omwana gw'endogoyi. Era Efulayimu ndimuggyako eggaali ne Yerusaalemi ndikiggyako embalaasi, n'omutego ogw'olutalo guliggibwako; era oyo aligabulira amawanga emirembe n'emirembe; n'okuva kwe kuliva ku Nyanja okutuuka ku nnyanja, era kuliva ku Mugga okutuuka ku nkomereroz'ensi (Zekkaliya 9:9-10).

Isiraeri ebadde erindirira Omununuzi obutalekaayo okutuuka ne leero. Kiki ekirwisiza okujja kw'Omununuzi oyo Isiraeri gw'erindirira n'amaddu era gw'etebereza? Abayudaaya bangi baagala okuddibwamu ekibuuzo kino naye okuddibwamu te banakufuna kubanga tebamanyi nti Omununuzi yajja dda.

Yesu Omununuzi Yabonaabona nga Obunnabbi bwa Isaaya bwe bwali

Omununuzi oyo Katonda gwe yasuubiza Isiraeri era ddala n'amusindika ye Yesu. Yesu yazaalibwa Betelekemu mu Yuda emyaka nkumi bbiri egiyise essaawa bwe yatuuka, Yesu y'afiira ku musalaba, n'azuukira, era n'agulira abantu bonna ekkubo ery'obulokozi. Wabula, abayudaaya b'ebiseera Bye, tebakkiriza Yesu ng'Omununuzi oyo gwe babadde balindiridde. Kyali bwe kityo lwakuba Yesu yayawukanira ddala ku kifaananyi ky'Omununuzi gwe baali basuubira.

Abayudaaya baanafuwa nnyo oluvanyuma lw'ekiseera ekiwanvu nga bali wansi w'obufuzi bw'amatwale, era ne basuubira Omununuzi asobola okubanunula mu nnaku yaabwe ey'ebyobufuzi. Baalowooza nti Omununuzi yali wa kujja nga Kabaka wa Isiraeri, akomye entalo zonna, abanunule okuva mu kuyigganyizibwa n'okubonyaabonyezebwa, abawe eddembe erya ddala, era abasukulumye ku mawanga gonna amalala.

Wabula, Yesu teyajjira mu bitiibwa eby'amaanyi mu nsi muno, era yazaalibwa ng'omwana w'omubazi omunaku. Teyajja na kusumulula Isiraeri okuva ku bufuzi bwa Baruumi obw'abayigganya ennyo wadde okuzzaawo ekitiibwa kyabwe ekyaliwo edda. Yajja mu nsi muno okuzzaawo abantu balina okuzikirira okuva ekibi kya Adamu n'okubafuula abaana ba Katonda.

Olw'ensonga zino, Abayudaaya tebakkiririzza mu Yesu ng'Omununuzi kyokka ne basalawo kumukomerera. Wabula bwe twekeneenya ekifaananyi ky'Omununuzi nga bwe kyawandiikibwa mu baibuli, tusobola okukakasa ekituufu nti Omununuzi ddala ye Yesu.

Kubanga yakulira mu maaso ge ng'ekisimbe ekigonvu era ng'ekikolo ekiva mu ttaka ekkalu: talina mbala newakubadde obulungi: era bwe tumulaba, nga tewali na kalungi akatumwegombesa. Yanyoomebwa n'agaanibwa abantu: omuntu ow'ennaku era eyamanyiira obuyinike: era ng'omuntu abantu gwe bakwesa amaaso gaabwe bwe yanyoomebwa bw'atyo, ne tutamuyitamu ka buntu (Isaaya 53:2-3).

Katonda yagamba Abaisraeri nti Omununuzi, Kabaka wa Isiraeri, tajja kuba na nkula ya kitiibwa oba etiisa okutusikiriza wabula, Ajja kuyisibwamu amaaso, era agaanibwe abantu bonna. Era, Abaisiraeri ddala baalemwa okutegeera Yesu ng'Omununuzi oyo Katonda gwe yabasuubiza.

Yanyoomebwa era n'agaanibwa abantu ba Katonda abalonde, Naye Katonda n'ateeka Yesu Kristo waggulu w'amawanga gonna era abantu abatabalika okutuuka ne leero Bamukkirizza ng'omulokozi waabwe.

Nga bwe kyawandiikibwa mu Zabuli 118:22-23, "Ejjinja

abazimbi lye baagaana Lifuuse ekkulu ery'oku nsonda. Ekyo MUKAMA ye yakikola; Kya kitalo mu maaso gaffe," ekigendererwa ky'okulokola abantu bonna kyatuukirizibwa Yesu oyo abaisiraeri gwe baagaana.

Yesu teyalina ndabika ya Mununuzi oyo abantu ba Isiraeri gye baali basuubira okulaba, naye tusobola okutegeera nti Yesu ye Mununuzi oyo Katonda gwe yayogerako mu bunnabbi okuyita mu bannabbi Be.

Buli kintu kyonna omuli ekitiibwa, eddembe, n'okuzzaawo Katonda bye yatugamba okuyita mu Mununuzi bya mu nsi ey'omwoyo era Yesu eyajja mu nsi muno okutuukiriza omulimu gw'Omununuzi yagamba, "Obwakabaka bwange si bwa mu nsi muno" (Yokaana 18:36).

Omununuzi oyo Katonda gwe yayogerako mu bu nnabbi teyali kabaka alina obuyinza obw'oku nsi n'ekitiibwa. Omununuzi yali si wa kujja ku nsi kuno nti abaana ba Katonda basobole okweyagalira mu bugagga, ettutumu, n'ebitiibwa mu bulamu bwabwe obw'oku nsi kuno obw'ekiseera obuseera. Yali wa kujja okulokola abantu Be okuva mu bibi byabwe era abatwale gye baneeyagalira mu ssanyu ery'olubeerera n'ebitiibwa mu ggulu emirembe n'emirembe.

Awo olulituuka ku lunaku luli ekikolo kye Yese, ekiyimirira okuba ebendera ey'amawanga, eri oyo amawanga gye banaanoonya; n'ekifo kye eky'okuwummuliramu kiriba kitiibwa (Isaaya 11:10).

Omununuzi eyasuubizibwa teyali wa kujja lw'abalonde ba Katonda abaisiraeri bokka, wabula n'okutuukiriza ekisuubizo ky'obulokozi obw'abo bonna abakkiriza ekisuubizo kya Katonda eky'Omulokozi olw'okukkiriza nga bagoberera ebigere by'okukkiriza kwa Ibulayimu. Mu bufunze, Omununuzi yali wa kujja atuukirize ekisuubizo kya Katonda eky'Obulokozi ng'Omulokozi w'amawanga gonna ag'oku nsi.

Obwetaavu bw'Omulokozi w'Abantu Bonna

Lwaki Omulokozi yalina okujja mu nsi muno si lwa bulokozi bw'abantu ba Isiraeri bokka wabula n'obw'abantu bonna ?

Mu Lubereberye 1:28, Katonda y'awa Adamu ne Kaawa omukisa bwe yabagamba nti, "Mweyongerenga mwalenga mujjuze ensi migirye, mufugenga eby'omu nnyanja n'ebibuuka waggulu na buli ekirina obulamu ekitambula ku nsi."

Oluvanyuma lw'okutonda omuntu eyasooka Adamu n'okumuteekawo nga mukama w'ebitonde byonna, Katonda y'awa omuntu obuyinza "okweyongera" ne "okufuga" ensi. Naye Adamu n'alya ku muti ogw'okumanya obulungi n'obubi, nga Katonda yali yagumugaanira ddala, era n'akola ekibi ky'obujeemu oluvanyuma lw'okukemebwa Setaani eyayita mu musota, Adamu yali takyasobola kweyagalira mu buyinza obwo.

Bwe baagondera ekigambo eky'obutuukirivu ekya Katonda, Adamu ne Kaawa baali baddu ba butuukirivu era ne beeyagalira mu buyinza Katonda bwe yabawa, naye nga bamaze okwonoona, okuva olwo ne bafuuka baddu b'ekibi n'omulabe setaani, era ne bawalirizibwa okuwaayo obuyinza (Abaruumi 6:16). N'olwekyo, obuyinza bwonna Adamu bwe yafuna okuva eri Katonda bwaweebwayo eri Setaani.

Mu Lukka 4, omulabe setaani yakema Yesu emirundi esatu, eyali yakamala okusiiba okumala ennaku amakumi ana. Omulabe yalaga

Yesu obwakabaka bw'ensi zonna era n'amugamba, "Nnaakuwa ggwe obuyinza buno bwonna, n'ekitiibwa kyamu; kubanga nnaweebwa nze: era ngabira buli gwe njagala. Kale bw'onoosinza mu maaso gange, buno bwonna bunaaba bubwo" (Lukka 4:6-7).

Setaani ategeeza nti "obwakabaka bwonna n'ekitiibwa kyabwo" by'amuweebwa" okuva ku Adamu era omulabe Setaani asobola okubikwasa omuntu omulala.

Yee, Adamu yafiirwa obuyinza bwonna n'abukwasa Setaani, era ekyavaamu n'afuuka omuddu wa Setaani. Okuva olwo Adamu azze agatta kibi ku kibi wansi w'obufuzi bwa Setaani, era yateekebwa mu kkubo ly'okufa, nga eno y'empeera y'ekibi. Kino tekyakoma ku Adamu yekka wabula kyagendera ddala eri abo bonna, abaali ab'okusikira ekibi kya adamu ekisikire okuyita mu busika. Era baateekebwa wansi w'obuyinza bw'ekibi nga bufugibwa setaani era nga balina okufa.

Eno ye nsonga lwaki waaliwo obwetaavu bw'okujja kw'Omununuzi. Si lwa balonde ba Katonda bokka aba Isiraeri wabula n'abantu b'ensi bonna baali beetaaga Omununuzi eyali asobola okubanunula okuva mu buyinza bw'omulabe Setaani.

Ebisaanyizo by'omununuzi

Nga bwe waliwo amateeka mu nsi muno, waliwo amateeka n'ebiragiro ne mu nsi ey'omwoyo. Oba omuntu anaagwa mu kufa oba anaafuna okusonyiyibwa ebibi bye era atuuke ku bulokozi kisinziira ku tteeka ery'omwoyo.

Olwo omuntu alina kuba na bisaanyizo ki okusobola okuba Omununuzi alokola abantu bonna okuva mu bikolimo by'amateeka? Akawaayiro akogera ku bisaanyizo by'Omununuzi kasangibwa mu mateeka Katonda g'eyawa abalonde Be. Mu tteeka ery'okununula ensi.

So ensi tetundibwanga okugiviiramu ddala ennaku zonna; kubanga ensi yange; kubanga muli bagenyi era abayise gye ndi. Ne mu nsi yonna ey'obutaka bwammwe munakkirizanga ensi okununulibwa. Muganda wo bw'aba ng'ayavuwadde, n'atunda ku butaka bwe, kale muganda we asinga okumuba okumpi mu luganda anajjanga, n'anunula ekyo muganda we ky'atunze. (Eby'abaleevi 25:23-25).

Etteeka ku Kununula Ensi Lirimu Ebyama ku Bisaanyizo by'Omununuzi

Abalonde ba Katonda Abaisiraeri baatambuliranga mu mateeka. N'olwekyo, buli lwe waabangawo okutunda oba okugula ettaka, baagobereranga nnyo amateeka ag'okununula ensi agawandiikibwa mu Baibili. Ekitali ku tteeka lya ttaka mu nsi endala, Etteeka lya Isiraeri ku ttaka lyakirambika bulungi ddala nti mu ndagaano ettaka teririna kutundibwa lubeerera naye lyali lyakugulibwanga nga liddira alitunze mu dda. Lirina akawayiro nti muganda we omugagga asobola okununula ettaka lya muganda we ayavuwadde n'alitunda. Omuntu bw'aba talina wa luganda mugagga kulinunula naye ng'afunye obusobozi okulyenunulira, etteeka likkiriza eyali nnyini lyo okulyenunulira.

Olwo, etteeka ku kununula ensi mu by'abaleevi likwatagana litya n'ebisaanyizo by'Omununuzi?

Okusobola okutegeera kino obulungi, tulina okujjukira nti omuntu yagibwa mu nfuufu ey'ettaka. Mu Lubereberye 3:19, Katonda yagamba Adamu nti, "Mu ntuuyo ez'omu maaso go mw'onooliiranga emmere, okutuusa lw'olidda mu ttaka, kubanga omwo mwe waggibwa, kubanga oli nfuufu ggwe, ne mu nfuufu mw'olidda." Era mu Lubereberye 3:23 wasoma nti, "MUKAMA Katonda kye yava amuggya mu lusuku Adeni, alimenga ettaka mwe yaggibwa"

Katonda yagamba Adamu,"Kubanga oli nfuufu," ne "ettaka" mu by'omwoyo litegeeza nti omuntu yaggibwa mu nfuufu ey'omu ttaka. N'olwekyo, etteeka ku kununula ensi erikwata ku kutunda n'okugula ettaka likwatagana butereevu n'etteeka ery'omwoyo ery'ensi ey'omwoyo erikwatagana n'obulokozi bw'abantu.

Okusinziira ku tteeka ly'okununula ensi, Katonda ye nannyini nsi yonna era tewali muntu asobola kugitunda lubeerera. Mu ngeri y'emu, obuyinza bwonna Adamu bwe yafuna okuva eri Katonda mu kusookera ddala bwali bwa Katonda era tewali n'omu ayinza kubutunda lubeerera. Omuntu bw'afuuka omwavu n'atunda ettaka lye, Ensi yali yakununulibwa ng'omuntu asaanidde alabise. Mu ngeri y'emu, setaani yalina okukomyawo obuyinza obwamukwasibwa okuva ku Adamu ng'omuntu eyali ayinza okununula obuyinza obwo alabise.

Okusinziira ku tteeka ly'okununula ensi, Katonda kwagala n'obwenkanya yateekateeka omuntu eyali ayinza okukomyawo obuyinza bwonna Adamu bwe yali akwasizza omulabe Setaani. Omuntu oyo ye Mununuzi, era Omununuzi ye Yesu Kristo eyali yategekebwa okuva olubeerera era nga yasindikibwa Katonda Yennyini.

Ebisaanyizo by'Omulokozi ne Gy'ebituukirizibwaamu Yesu Kristo

Katwekeneenya lwaki Yesu ye Mununuzi era Omulokozi w'abantu bonna okusinziira ku tteeka ly'okununula ensi.

Okusookera ddala, nga omununuzi w'ettaka bwalina okuba ow'oluganda, Omulokozi naye alina okuba omuntu okununula abantu bonna okuva mu bibi byabwe kubanga abantu bonna baafuuka b'onoonyi okuyita mu kibi ky'omuntu eyasooka Adamu. Eby'abaleevi 25:25 watugamba, "Muganda wo bw'aba ng'ayavuwadde, n'atunda ku butaka bwe, kale muganda we asinga okumuba okumpi mu luganda anajjanga, n'anunula ekyo muganda we ky'atunze." Singa omuntu aba takyasobola kubeera na ttaka lye era n'alitunda, muganda we asinga okumuba okumpi mu luganda asobola okuligula. Mu ngeri y'emu, kubanga omusajja eyasooka

Adamu yayonoona era n'aba ng'alina okuwaayo obuyinza Katonda bwe yamukwasa eri Setaani, okununula obuyinza obwakwasibwa setaani kusobola era kuteekwa okutuukirizibwa omuntu, "ow'oluganda asinga okuba okumpi" ne Adamu.

Nga bwe tusanga mu 1 Bakkolinso 15:21, "Kubanga okufa bwe kwabaawo ku bw'omuntu, era n'okuzuukira kw'abafu kwabaawo ku bwa muntu," Baibuli etukakasa nti okununula ab'onoonyi kwali kusobola kutuukirizibwa si bamalayika oba ebisodde wabula omuntu. Abantu bonna baatekebwa mu kkubo ly'okufa olw'ekibi kya Adamu omuntu eyasooka, bwatyo omuntu omulala yali alina okubanunula okuva mu bibi, era nga muntu munaabwe "muganda wa Adamu asinga okuba okumpi" ye yali asobola okukikola.

Wadde Yesu yalina ekikula eky'obuntu n'eky'obwa Katonda ng'Omwana wa Katonda, Yazaalibwa muntu okusobola okununula abantu bonna okuva mu bibi byabwe (Yokaana 1:14) era n'ayita mu kukula. Ng'omuntu, Yesu yeebakanga era n'alumwa ng'enjala n'enyonta, okuwulira essanyu ne nnaku. Bwe yakomererwa ku musalaba, Yesu yayiwa omusaayi gwe n'okuwulira obulumi obugenderako.

Ne mu byafaayo, waliwo obukakafu obuteegaanibwa obukakasa nti Yesu yajja ku nsi kuno ng'omuntu. Ekiseera Yesu mwe yazaalibwa kisinziirwako okwogera ku biseera, ebyafaayo by'ensi byawuddwamu emirundi ebiri: "B.C." ne "A.D." "B.C." oba "Nga Kristo Tannajja" kitegeeza ekiseera ng'okuzaalibwa kwa Yesu tekunnaba ne "A.D." oba "Anno Domini" ("Mu mwaka gwa Mukama Waffe") kye kiseera oluvanyuma lw'okuzaalibwa kwa Yesu. Obukakafu buno bukakasa nti Yesu yajja mu nsi muno ng'omuntu. N'olwekyo, Yesu atuukiriza ekisaanyizo ekisooka eky'Omulokozi kubanga Yajja mu nsi ng'omuntu.

Eky'okubiri, ng'omununuzi w'ettaka bwatayinza kununula ttaka nga mwavu, ezzadde lya Adamu terisobola kununula bantu okuva mu bibi byabwe kubanga Adamu yayonoona era ezzadde lye lyonna lizaalibwa n'ekibi ekisikire. Omuntu okuba Omulokozi w'abantu bonna talina kuba ng'ava mu zzadde lya Adamu.

Muganda w'omuntu bwayagala okusasula ebbanja lya mwannyina, ye yennyini alina okuba nga talina bbanja lyonna. Mu ngeri y'emu, omuntu okununula abalala okuva mu bibi byabwe alina okuba nga talina kibi kyonna. Omununuzi bwaba mw'onoonyi, yeesanga nga muddu wa kibi. Olwo, asobola atya okununula abalala mu bibi?

Oluvanyuma lwa Adamu okwonoona n'obujeemu, ezzadde lye lyonna lyazaalibwa n'ekibi ekisikire. N'olwekyo, teri zzadde lya Adamu lisobola kuba Mulokozi.

Mu kwogerera mu mubiri, Yesu yava mu zzadde lya Daudi bazadde Be ye Yusufu ne Malyamu. Wabula matayo 1:20, watugamba, "Olubuto lwe lwa Mwoyo Mutukuvu."

Ensonga eviirako buli muntu okuzaalibwa n'ekibi ekisikire kwe kuba nti basikira embala y'ekibi ku bazadde baabwe okuyita mu nkwaso ya ba kitaabwe n'eggi lya ba nyaabwe. Kyokka, Yesu teyafunibwa kuyita mu nkwaso ya Yusufu n'eggi lya Malyamu wabula olw'amaanyi g'Omwoyo Omutukuvu. Kyali bwe kityo lwa kuba y'aba olubuto nga tebanneebaka bombi. Katonda Omuyinza wa byonna asobola okusobozesa omwana okubeera mu lubuto lwa nnyina olw'amaanyi g'Omwoyo Omutukuvu.

Yesu "yeeyazika" bwe yazisi omubiri gwa Malyamu eyali embeerera. Kubanga olubuto lwe lwali lwa Mwoyo Mutukuvu, Yesu teyasikira mbala yonna ey'omwonoonyi. Nga Yesu bw'atava mu zzadde lya Adamu era talina kibi kisikire, Abeera atuukiriza ekisaanyizo eky'okubiri eky'Omulokozi.

Eky'okusatu, nga omununuzi w'ettaka bwalina okuba omugagga okusobola okununula ettaka, Omulokozi w'abantu bonna alina okuba n'amaanyi agawangula omulabe Setaani asobole okulokola abantu okubaggya ku Setaani.

Eby'abaleevi 25:26-27 watugamba, "Era omuntu bw'atabangako anaakinunula, era ng'agaggawadde n'alaba ebinaamala okukinunula, awo abalenga emyaka gye kyatundirwamu n'addiza ebisukkiriddemu omuntu gwe yakiguza, naye anaddanga mu butaka bwe." Kwe kugamba, omuntu okweddiza ettaka lye ng'aligula, alina okuba "n'obusobozi" okukikola.

Okununula abaawambibwa mu lutalo kyetaagisa oludda olumu okuba n'amaanyi agawangula omulabe era n'okusasula ebbanja ly'abalala kyetaaga ng'omuntu alina ensimbi ez'okusasula. Bwe kityo bwe kiri, ne mu kununula abantu bonna okuva mu buyinza bw'omulabe Setaani kyetaaga Omulokozi alina amaanyi agawangula Setaani okusobola okubanunula okuva mu mikono gya Setaani.

Nga tannayonoona, Adamu yalina amaanyi okufuga ebitonde byonna, naye oluvanyuma lw'okwonoona kwe, Adamu yafuuka oyo afugibwa setaani. Okuva ku kino tutegeera nti amaanyi agawangula omulabe setaani g'ava eri oyo atalina kibi kyonna. Yesu Omwana wa Katonda teyalina kibi kyonna. Kubanga Yesu olubuto lwe lwali lwa Mwoyo Mutukuvu era teyava mu zzadde lya Adamu, Teyalina kibi kisikire. Era, olw'okuba yalung'amizibwanga tteeka lya Katonda mu bulamu bwe bwonna, Yesu teyalina bibi bye yeekolera Ye. Olw'ensonga eno Omutume Peetero yagamba nti Yesu "teyakola kibi, newakubadde obukuusa tebwalabika mu kamwa ke, bwe yavumibwa, teyavuma nate, bwe yabonyaabonyezebwa, teyakanga; naye Yeewaayo eri Oyo asala omusango ogw'ensonga" (1 Peetero 2:22-23).

Nga bwataalina kibi kyonna, Yesu yalina amaanyi n'obuyinza okuwangula setaani era yalina amaanyi okulokola abantu bonna okuva ew'omulabe setaani. Endaga gye Yalagamu obubonero obw'ewuunyisa n'eby'amagero bikakasa kino. Yesu yawonya abalwadde, yagoba emizimu, yazibula abazibe b'amaaso, bakiggala ne balaba, n'abalema ne batambula. Yesu yakakkanya n'ennyanja eyali efukuuse era n'azuukiza n'abafu.

Eky'okuba nti Yesu teyalina kibi kyonna ky'akakasibwa awatali kubuusabuusa kwonna olw'okuzuukira Kwe. Okusinziira ku tteeka ery'omwoyo, ab'onoonyi balina okufa (Abaruumi 6:23). Era nga bw'ataalina kibi kyonna, Yesu teyateekebwa wansi w'amaanyi g'okufa. Yassa omukka gwe ogw'enkomerero ku musalaba era n'omubiri Gwe ne guziikibwa mu ntaana, naye ku lunaku olw'okusatu n'azuukira.

Olina okujjukiranga nti bajjajja b'okukkiriza ab'amaanyi nga Enoka ne Eliya baatwalibwa mu ggulu nga balamu nga tebasisinkanye kufa kubanga tebaalina kibi kyonna era ne beetuukuliza ddala. Mu ngeri y'emu, ku lunaku olw'okusatu oluvanyuma ng'amaze okuziikibwa, Yesu yamenyaamenya obuyinza bw'omulabe setaani okuyita mu kuzuukira Kwe, era n'afuuka Omulokozi w'abantu bonna.

Eky'okuna, nga omununuzi w'ettaka bw'alina okuba n'okwagala okununula ettaka lya muganda we, n'Omulokozi w'abantu alina okuba n'okwagala okumutuusa n'okuwaayo obulamu Bwe ku lw'abalala.

Wadde Omulokozi atuukiriza ebisaanyizo ebisoose ebisatu naye nga talina kwagala, tayinza kufuuka Mulokozi w'abantu bonna. Katugambe nti muganda w'omuntu alina ebbanja lya ddoola 100,000 kyokka nga mwannyinna n'agagga. Bw'ababa talina kwagala, mwannyina tasobola kusasulira muganda we bbanja era obugagga bwe obungi ennyo tebulina kye bugasa muganda we.

Yesu yajja mu nsi muno ng'omuntu, teyava mu zzadde lya Adamu, era yalina amaanyi okuwangula setaani n'okulokola abantu okuva mu mikono gya setaani kubanga yali talina kibi kyonna. Wabula, singa Yali talina kwagala, Yesu teyandinunudde bantu kuva mu bibi byabwe. "Yesu' okununula abantu mu bibi byabwe" kitegeeza nti yali wa kufuna ekibonerezo ky'okufa ku lwabwe. Yesu okusobola okununula abantu okuva mu bibi byabwe, Yalina okukomererwa ng'omu ku bantu abasingayo obw'onoonyi mu nsi, okusekererwa n'okudduulirwa, n'okuyiwa amazzi Ge gonna n'omusaayi okutuuka lwe yafa. Olw'okuba okwagala kwa Yesu eri abantu kwali kungi nnyo era Yali mwetegefu okununula abantu bonna okuva mu bibi byabwe, wabula, Yesu ekibonerezo ky'okukomererwa teyakifaako.

Olwo, lwaki, Yesu yalina okuwanikibwa ku muti gw'omusalaba n'okuyiwa omusaayi Gwe okutuuka okufa? Nga mu Kyamateeka olw'okubiri 21:23 bwe watugamba, "Kubanga awanikiddwa [ku muti] ng'akolimiddwa Katonda," era okusinziira ku mateeka ag'ensi ey'omwoyo galagira nti "Empeera y'ekibi kufa," Yesu yawankikibwa ku muti okununula abantu bonna okuva mu kikolimo ky'ebibi ng'omwo mwe baali basibiddwa.

Era, nga mu by'abaleevi 17:11 bwe wasoma, "'Kubanga obulamu bw'ennyama buba mu musaayi; era ngubawadde ku Kyoto okutangirira obulamu bwa mmwe: kubanga omusaayi gutangirira olw'obulamu," teri kusonyiyibwa bibi awatali kuyiwa musaayi.

Kituufu, Eby'abaleevi watugamba nti eng'ano ennungi esobola okuweebwayo eri Katonda mu kifo ky'omusaayi gw'ensolo. Wabula, kino, kyali ky'abo abaali tebasobola kuwaayo nsolo. Si kye kika kya ssaddaaka ey'omusaayi eyo eyasanyusanga Katonda. Yesu yatununula okuva mu bibi byaffe ng'awanikibwa ku muti ogw'omusalaba n'okuyiwa omusaayi gwe okutuuka okufa.

Ng'okwagala kwa Yesu kwa kitalo nti Yesu yayiwa omusaayi Gwe ku musalaba era n'agulawo ekkubo ly'obulokozi eri abo abaamudduulira n'okumukomerera, wadde Yawonya abantu buli kika ky'endwadde, n'asumulula enjegere z'obubi, era nga yakola birungi byokka.

Okusinziira ku tteeka ly'okununula ettaka, tumaliriza nga tugamba nti Yesu ye yekka atuukiriza ebisaanyizo by'Omulokozi oyo asobola okununula abantu bonna okuva mu bibi byabwe.

Ekkubo Eri Obulokozi bw'Abantu bonna Ery'ategekebwa ng'ebiro Tebinnabaawo

Ekkubo eri obulokozi bw'abantu bonna lyagulwaawo Yesu bwe yafiira ku musalaba era n'azuukira oluvanyuma lw'olunaku olw'okusatu olw'okuziika Kwe n'amenyamenya obuyinza bw'okufa. Okujja kwa Yesu mu nsi muno okutuukiriza ekigendererwa ky'okulokola abantu bonna n'okufuuka Omununuzi w'abantu kyayogerwa mu kiseera ekyo kyennyini nga Adamu amaze okwonoona.

Mu Lubereberye 3:15, Katonda n'agamba omusota ogw'akema omukazi nti, "Obulabe n'abuteekanga wakati wo n'omukazi, era ne wakati w'ezzadde lyo n'ezzadde ly'omukazi;(ezzadde ly'omukazi)lirikubetenta omutwe, naawe oliribetenta ekisinziiro." Wano, "omukazi" mu by'omwoyo kabonero akalaga Abalonde ba Katonda Isiraeri ne "omusota" kabonero akalaga omulabe Setaani oyo awakanya Katonda. Ezzadde "ly'omukazi" lijja "kubetenta [omusota] ku mutwe," kitegeeza nti Omulokozi w'abantu ajja kujja wakati mu ba Isiraeri awangule amaanyi g'okufa eby'omulabe setaani.

Omusota gugwamu amaanyi singa gubetentebwa omutwe. Mu ngeri y'emu, Katonda bwe yagamba omusota nti ezzadde ly'omukazi lijja kubetenta omutwe gw'omusota, Yali alangirira nti Kristo w'abantu bonna ajja kuzaalibwa eri Isiraeri era amenyemenye obuyinza bwa Setaani era alokole ab'onoonyi abo abasibiddwa mu buyinza obwo.

Olw'okuba kino gw'akimanya, setaani n'anoonyanga okutta

ezzadde ly'omukazi nga terinnaleeta bulabe ku mutwe gwe. Omulabe yalowooza nti mu ngeri eno ajja kweyagalira mu buyinza obwamukwasibwa Adamu eyali ayonoonye singa anattanga ezzadde ly'omukazi. Wabula omulabe setaani, teyamanya zzadde lya mukazi bwe linaaba bwatyo n'atandika olukwe lw'okuttanga buli bantu ba Katonda abeesigwa ne bannabbi abaagalwa okuviira ddala mu biseera by'Endagaano Enkadde.

Musa bwe yazaalibwa, omulabe Setaani n'ayita mu Falaawo ow'e Misiri okutta abaana ab'obulenzi abaazaalibwanga abakazi abaisiraeri (Okuva 1:15-22), era Yesu bwe yajja mu nsi muno mu mubiri, yakwata ku mutima gwa Kabaka Kerode era n'amuleetera okutta abaana ab'obulenzi bonna abaazaalibwa e Betelekemu n'ebitundu ebirinaanyeewo, okuva ku myaka ebiri okudda wansi. Olw'ensonga eyo, Katonda yabeera ku ludda lw'amaka ga Yesu era n'abakulembera ne badduka okuva mu Misiri.

Oluvanyuma lw'ebyo Yesu yakulira wansi w'obukuumi bwa Katonda Yennyini, era n'atandika obuweereza Bwe ku myaka 30. Okusinziira ku kwagala kwa Katonda, Yesu yatambula mu Galiraaya yonna, ng'asomesa mu makung'aniro, n'okuwonya buli kika kya ndwadde mu bantu, okuzuukiza abafu, n'okubuulira enjiri ey'obwakabaka obw'omu ggulu eri abaavu.

Omulabe Setaani yayingira mu bakabona abakulu, n'abasomesa, saako Abafalisaayo, n'atandika okunoonya engeri gyayinza okuttamu Yesu okuyita mu bo. Wabula ababi abo baali tebasobola wadde okukwata ku Yesu okutuusa mu kiseera Katonda kye yasalawo. Ng'emyaka esatu egy'obuweereza bwa Yesu ginaatera okukomekerezebwa Katonda lwe yakkiriza okukwata n'okukomerera Yesu okutuukiriza ekigendererwa ky'okulokola abantu bonna okuyita mu kukomererwa kwa Yesu. Ng'agondera obunkeenke Abayudaaya bwe baamuteekamu, Gavana Pontiyaasi Piraato yasalira Yesu ogw'okukomererwa, era abaserukale Abaruumi batikkira Yesu engule ey'amaggwa era ne bakomerera emisumaali mu ngalo ze ne mu bigere bye ku musalaba.

Okukomererwa y'emu ku ngeri ezisingayo okuba ez'ettima ez'okutta omuzigu. Setaani eky'okukomererwa Yesu bwe yakituukiriza mu ngeri ey'ettima bwetyo n'abasajja ababi, setaani ng'alabika yajjaguza nnyo! Yalowooza nti tewali n'omu ajja era tewali kintu kyonna kijja kumulemesa bufuzi bwe ku nsi, n'ayimba ennyimba ez'essanyu n'okuzina. Naye enteekateeka ya Katonda yali yakusangibwa awo.

Naye twogera amagezi ga Katonda mu kyama, gali agakisibwa, Katonda ge yalagira edda ensi nga tezinnabaawo olw'ekitiibwa kyaffe; abakulu bonna ab'omu mirembe gino ge batategeeranga n'omu; kubanga singa baagategeera, tebandikomeredde Mukama wa kitiibwa (1 Abakkolinso 2:7-8).

Olw'okuba Katonda mwenkanya, Takozesa buyinza Bwe obw'enkomeredde okutuuka ne ku ssa ery'okumenya amateeka naye buli kimu akikola okusinziira ku mateeka ag'ensi ey'omwoyo. N'olwekyo, Yali atemye ekkubo ery'okulokola abantu ng'ebiro tebinnabaawo okusinziira ku mateeka ga Katonda.

Okusinziira ku mateeka ag'ensi ey'omwoyo, agagamba nti, "empeera y'ekibi kufa" (Abaruumi 6:23), omuntu bwatayonoona, tasobola kutuuka ku kufa. Wabula, Setaani yakomerera Yesu ataalina kibi, wadde ebbala oba olufunyiro. Bwatyo setaani yamenya etteeka ery'omu nsi ey'omwoyo era bwatyo yali wa kuliwa ng'azzaayo obuyinza Adamu bwe yali yamukwasa ng'amaze okukola ekibi eky'obujeemu. Kwe kugamba, omulabe setaani yalina okukakibwa okusumulula enkwanso yaabwe ku bantu bonna abakkiriza Yesu Kristo ng'omulokozi waabwe era ne bakkiririza mu linnya Lye.

Singa omulabe setaani yali ategedde amagezi ga Katonda gano, teyandikomeredde Yesu. Kubanga teyamanya ku kyama kino, wabula, yatta Yesu ataalina musango, ng'akkiriza n'omutima gwe gwonna nti awo ajja kuba anywezezza ensi yonna. Naye nga mu bya ddala setaani yali agwa mu katego ke ye, era n'amaliriza ng'amenye etteeka ery'omu nsi ey'omwoyo. Amagezi ga Katonda nga ga Kitalo!

Amazima gali nti omulabe setaani yali musaale nnyo era n'akola ng'ekikozesebwa mu kutuukiriza enteekateeka ya Katonda ey'okulokola abantu bonna nga bwe kyayogerebwa mu bunnabbi mu lubereberye nti omutwe gwe gwali gwa "kubetentebwa" ezzadde ly'omukazi.

Olw'ekigendererwa kya Katonda n'amagezi Ge, Yesu ataalina kibi yafa okusobola okununula abantu mu bibi byabwe, era olw'okuzuukira ku lunaku olw'okusatu, yamenyemenya obuyinza bw'okufa obw'omulabe setaani era n'afuuka Kabaka wa bakabaka era Mukama wa bakama. Yaggulawo ekkubo ery'obulokozi tusobole okulongoosebwa okuyita mu kukkiriza kwa Yesu Kristo.

N'olwekyo, abantu abatabalika mu byafaayo by'omuntu balokoleddwa okuyita mu kukkiriza Yesu Kristo ng'Omulokozi waabwe era bangi n'olwaleero bakkiriza Mukama Yesu Kristo.

Okufuna Omwoyo Omutukuvu okuyita mu Kukkiririza mu Yesu Kristo

Lwaki tufuna obulokozi nga tumaze kukkiririza mu Yesu Kristo? Bwe tukkiriza Yesu Kristo nti ye Mulokozi waffe, tufuna Omwoyo Omutukuvu okuva ewa Katonda. Bwe tufuna Omwoyo Omutukuvu, emyoyo gyaffe, egibadde gy'afa, gizuukizibwa.

Engeri Omwoyo Omutukuvu gye gali amaanyi era Omutima gwa Katonda, Omwoyo Omutukuvu alung'amya abaana ba Katonda eri amazima era n'abayamba okutambulira mu kwagala kwa Katonda.

N'olwekyo, abo abakkiririza ddala mu Yesu Kristo okubeera Omulokozi waabwe bajja kugoberera okwegomba kw'Omwoyo Omutukuvu era bafube okutambulira mu kigambo kya Katonda. Bajja kweggyako obukyaayi, obusungu, obuggya, ensaalwa, okusalira abalala emisango, n'obwenzi, wabula ne batambulira mu bulungi n'amazima era ne bategeera, ne baweereza abalala mu kwagala.

Nga bwe kyayogeddwa edda, Omusajja eyasooka Adamu yayonoona ng'alya ku muti ogw'okumanya obulungi n'obubi, omwoyo mu muntu ne gufa era omuntu n'ateekebwa mu kkubo ly'okuzikirira. Naye bwe tufuna Omwoyo Omutukuvu, emyoyo gyaffe egibadde gifudde gizuukira era gye tukoma okunoonya okwegomba kw'Omwoyo Omutukuvu era ne tutambulira mu kigambo eky'amazima ekya Katonda, tugenda tufuuka mpola abantu ab'amazima era ne tuzzaawo ekifaanananyi kya Katonda ekyabula.

Bwe tutambulira mu kigambo kya Katonda eky'amazima,

okukkiriza kwaffe kujja kukkirizibwa "ng'okukkiriza okutuufu," era olw'okuba ebibi byaffe bijja kuba birongooseddwa omusaayi gwa Yesu okusinziira ku bikolwa by'okukkiriza, tusobola okufuna obulokozi. N'olw'ensonga eyo, 1 Yokaana 1:7 watugamba, "naye bwe tutambulira mu musana, nga ye (KATONDA) bw'ali mu musana, tussa kimu fekka na fekka n'omusaayi gwa Yesu Omwana we gutunaazaako ekibi kyonna."

Eno yengeri gye tutuuka ku bulokozi olw'okukkiriza nga tumaze okufuna okusonyiyibwa ebibi byaffe. Wabula, bwe tutambulira mu kibi wadde twayatula nti tukkiriza, okwatula okwo kuba kwa bulimba, era n'olwekyo, omusaayi gwa Mukama Yesu Kristo tegusobola kutununula mu bibi byaffe wadde okutuwa obulokozi.

Kyo, kiba kirala abantu abaakafuna Yesu Kristo. Wadde tabannatambulira mu mazima, Katonda ajja kwekeneenya emitima gyabwe, akkiriza nti bajja kukyusibwa, era abakulembere eri obulokozi bwe bafuba okutambula ng'abadda eri amazima.

Yesu atuukiriza Obunnabbi

Ekigambo kya Katonda ku Mununuzi ekyalangibwa okuyita mu bannabbi kyatuukirizibwa Yesu. Buli kimu mu bulamu bwa Yesu, okuva ku mazaalibwa Ge, obuweereza n'okufa Kwe, okukomererwa n'okuzuukira, byabaawo olw'ekigendererwa kya Katonda Ye okufuuka Omununuzi era Omulokozi w'abantu bonna.

Yesu Yazaalibwa Embeerera e Besirekemu

Katonda yalangirira okuzaalibwa kwa Yesu okuyita mu nnabbi Isaaya. Mu kiseera Katonda weyayagalira, amaanyi ga Katonda oyo Omukulu ennyo g'akka ku mukazi eyali omulongoofu eyayitibwanga Malyamu mu Nazareesi eky'e Galiraaya era amangu ddala n'aba olubuto olw'omwana.

Mukama yennyini kyaliva abawa akabonero, laba omuwala atamanyi musajja aliba olubuto, alizaala omwana wa bulenzi, era alituumibwa erinnya lye Imanueri (Isaaya 7:14).

Nga Katonda bwe yasuubiza abantu ba Isiraeri, "Tewajja kuba kkomo ku lunyiriri lw'abakabaka mu nnyumba ya Daudi," Yasobozesa Omununuzi okuva mu mukazi ayitibwa Malyamu, eyali ayogerezebwa Yusufu, eyava mu zzadde lya Daudi. Ng'eyava mu zzadde lya Adamu n'ekibi ekisikire bwe yali tasobola kununula bantu bonna mu bibi byabwe, Katonda n'atuukiriza obunnabbi nga aleka Malyamu atamanyi musajja okuzaala Yesu nga ye ne Yusufu tebannafumbiriganwa.

Naye ggwe Besirekemu Efulasa, ggwe omuto okuba mu nkumi za Yuda, mu ggwe mwe muliva gyendi aliba omufuzi mu Isiraeri, okutambulatambula kwe kwa dda na dda, emirembe nga teginnabaawo (Mikka 5:2).

Baibuli yalangirira nti Yesu yali wa kuzaalibwa Besirekemu. Era ddala, Yesu yazaalibwa mu Besirekemu eky'e Buyudaaya mu biseera bya Kabaka Kerode (Matayo 2:1), era ebyafaayo bikakasa omukolo guno.

Yesu bwe yazaalibwa, Kabaka Kerode ne yeeraliikirira nti obufuzi bwe buli mu katyabaga, era n'agezaako okutta Yesu. Olw'okuba yalemererwa okufuna omwana oyo eyali azaaliddwa, Kabaka Kerode n'atta abaana ab'obulenzi bonna abaali e Besirekemu ne ku nsalo zaakyo, okuva ku myaka ebiri n'okukka wansi era ekitundu kyonna ne kijjula okukaaba n'okukuba ebiwoobe.

Singa Yesu yali tazze mu nsi muno nga Kabaka wa Bayudaaya omutuufu, lwaki kabaka yasanjaga abaana abangi obwenkanidde awo ku lw'omwana omu bwati? Enjege eno yabaawo kubanga oyo omulabe setaani eyali anoonya okutta Omununuzi ng'atya okufiirwa obuyinza bwe ku nsi yonna yakwata ku mutima gwa Kabaka Kerode eyali tayagala kufiitwa bwakabaka era n'amuganya okukola ekitalo ekyo.

Yesu Aweera Katonda Omulamu Obujulizi

Nga tannatandiika buweereza Bwe, Yesu yakuumira ddala amateeka mu byonna okumala emyaka 30 egy'obulamu Bwe. Era Bwe yakulira ddala okufuuka kabona, N'atandika okutuukiriza obuweereza Bwe okusobola okufuuka Omununuzi nga bwe kyateekebwateekebwa ng'emirembe teginnabaawo.

Omwoyo gwa MUKAMA Katonda guli ku nze, kubanga Mukama anfuseeko amafuta okubuulira abawombeefu ebigambo ebirungi; antumye okusiba abalina emitima egimenyese, okulangirira eddembe eri abawambe, n'abasibe okuggulirwawo ekkomera; Okulanga omwaka gwa MUKAMA ogw'okukkiririzibwamu, n'olunaku lwa Katonda waffe olw'okuwalanirwamu eggwanga; okusanyusa bonna abanakuwadde: okubateekerawo abanakuwadde Sayuuni, okubawa engule mu kifo ky'evvu, amafuta ag'okusanyuka mu kifo ky'okunakuwala, ekyambalo eky'okutendereza mu kifo ky'omwoyo ogw'okungubaga; balyoke bayitibwe miti gya butuukirivu, Mukama gye yasimba, alyoke aweebwe ekitiibwa ye (Isaaya 61:1-3).

Nga bwe tulaba mu bunnabbi obwo waggulu, Yesu yagonjoola ebizibu byonna eby'obulamu n'amaanyi ga Katonda era n'akumakuma abamenyese emitima. Era ekiseera Katonda weyayagalira bwe kyatuuka, Yesu n'agenda e Yerusaalemi okubonaabona n'obulumi.

Sanyuka nnyo, ggwe omuwala wa Sayuuni: yogerera waggulu ggwe omuwala wa Yerusaalemi; laba, kabaka wo ajja gyoli; ye mutuukirivu era alina obulokozi, muwombeefu era nga yeebagadde endogoyi, n'akayana omwana gw'endogoyi (Zekkaliya 9:9).

Okusinziira ku bunnabbi bwa Zekkaliya, Yesu yayingira

ekibuga kya Yerusaalemi nga yeebagadde endogoyi. Ebibiina ne biryoka bireekanira waggulu nti, "ozaana eri omwana wa Dawudi; Aweereddwa omukisa ajja mu linnya lya Mukama; Ozaana waggulu mu ggulu!"(Matayo 21:9), era ekibuga kyonna ne kikankanyizibwa. Abantu bajjaganya mu ngeri eyo kubanga Yesu yalaga obubonero obwewunyisa nga okutambulira ku mazzi n'okuzuukiza abafu. wabula, tewayita kaseera ebibiina bino ne bimulyaamu olukwe n'okumukomerera.

 Bwe baalaba ebibiina ebinene nga bigoberera Yesu okusobola okuwulira ekigambo Kye eky'obuyinza n'okulaba amaanyi ga Katonda agaalabisibwanga, bakabona, Abafalisaayo, n'abasomesa baawulira nti obuyinza bwabwe mu bantu bwali buyuuzibwa. Okuva mu bukyaayi bwe baalina eri Yesu, baateesa okumutta. Baaleeta buli bukakafu obukyamu mbu obuluma Yesu era ne bamulumiriza nga balimba n'okusoomooza abantu. Yesu yalaga emirimu egy'ebyewuunyo egy'amaanyi ga Katonda egitandiragiddwa okujjako nga Katonda Yennyini yali Naye, naye era bagezaako okuggyawo Yesu.

 Ku nkomerero, omu ku bayigirizwa ba Yesu yamulyaamu olukwe era bakabona ne bamusasula ebitundu asatu ebya ffeeza olw'okubayamba okukwata Yesu. Obunnabbi bwa Zekkaliya ku bitundu bya Ffeeza amakumi asatu, obugamba, "Ne ntwala ebitundu asatu ebya ffeeza ne mbisuulira omubumbi mu nnyumba ya Mukama," ne butuukirizibwa (Zekkaliya 11:12-13).

 Oluvanyuma omusajja eyalya mu Yesu olukwe ku lw'ebitundu bya ffeeza amakumi asatu, yali tasobola kugumira kulumirizibwa kwe yali ayitamu, era n'asuula ebitundu bya ffeeza amakumi asatu mu yeekaalu, naye bakabona ne bakozesa sente ezo okugula "olusuku lw'omubumbi" (Matayo 27:3-10).

Okubonaabona n'Okufa kwa Yesu

Nga nnabbi Isaaya bwe yayogera mu bunnabbi, Yesu yabonaabonera mu bulumi okusobola okulokola abantu bonna. Olw'okuba Yesu yajja mu nsi muno okusobola okutuukiriza ekigendererwa kya Katonda eky'okununula abantu Be mu bibi, Yawanikibwa era n'afiira ku muti omusalaba nga kano kaali kabonero ak'ekikolimo era n'aweebwayo eri Katonda nga saddaaka ey'okusingibwa omusango ey'abantu.

Mazima yeetikka obuyinike n'asitula ennaku zaffe; naye twamulowooza nga yakubibwa yafumitibwa Katonda n'abonyaabonyezebwa. Naye yafumitibwa olw'okusobya kwaffe, yabetentebwa olw'obutali butuukirivu bwaffe, okubonerezebwa okw'emirembe gyaffe kwali ku ye: era emiggo gye gye gituwonya. Ffe fenna twawaba ng'endiga, twakyamira buli muntu mu kkubo lye ye; era Mukama atadde ku ye obutali butuukirivu bwaffe ffena; Yajoogebwa, naye ne yeetoowaza n'atayasama kamwa ke; ng'omwana gwe ndiga ogutwalibwa okuttibwa, era ng'endiga esirika mu maaso g'abo abagisalako ebyoya; weewaawo, teyayasama kamwa ke. Yaggibwawo olw'okujoogebw n'omusango; n'ebyezzadde lye, ani ku bo eyalowooza nga yazikirizibwa mu nsi ay'abalamu? Yakubibwa olw'okusobya kw'abantu bange. Ne bamuziikira wamu n'ababi, era n'abagagga mu kufa kwe; newakubadde nga tagiranga kyejo, so nga temuli bukuusa mu kamwa Ke. Naye Mukama yasiima okumubetenta; amunakuwazizza: bw'ofuulanga obulamu bwe okuba ekiweebwayo olw'ekibi, aliraba ezzadde, alyongera ku nnaku ze, n'ebyo MUKAMA by'ayagala biriraba omukisa mu mukono Gwe (Isaaya 53:4-10).

Mu biseera by'Endagaano Enkadde, omusaayi gw'ensolo gwe gwaweebwangayo eri Katonda buli muntu lwe yayonoonanga. Naye Yesu yayiwa omusaayi gwe ogutaaliimu kabi konna gamba ng'ekibi ekisikire oba ebyo bye Yeekolera Ye era "yafuuka ssaddaaka emu ey'ebibi byonna" abantu bonna basobole okufuna okusonyiyibwa ebibi byabwe era ne bagende mu bulamu obutaggwaawo(Abaebulaniya 10:11-12). N'olwekyo, Yateekawo ekkubo ly'okusonyiyibwa ebibi n'obulokozi okuyita mu kukkiririza mu Yesu Kristo era tetukyetaaga ku ssaddaaka musaayi gwa nsolo.

Yesu bwe yassa omukka Gwe ogw'enkomerero ku musalaba, eggigi lya yeekaalu ne liyulikamu wabiri okuva waggulu okutuuka wansi (Matayo 27:51). Eggigi lya yeekaalu lwali lutimbe lunene nnyo olwayawulanga ekifo ekisinga obutukuvu okuva ku kifo ekitukuvu mu Yeekaalu, era teri bantu ba bulijjo baali bayingira Awo awasingirayo ddala Obutukuvu. Nga kabona omukulu yekka yayingirayo eyo Awatukuvu wa watukuvu omulundi gumu mu mwaka.

Eky'okuba nti "eggigi lya yeekaalu lyayulikamu wabiri okuva waggulu okutuuka wansi " kabonero akalaga nti bwe Yeewaayo nga ssaddaaka etangirira, Yesu yamenyamenya ekisenge ky'ekibi ekyali kiri wakati waffe ne Katonda. Mu biseera by'Endagaano Enkadde, kabona omukulu yalina okuwangayo ssaddaaka eri Katonda okusobola okununula abantu ba Isiraeri mu bibi byabwe era n'asaba Katonda ku lwabwe. Naye kati ng'ekisenge ky'ekibi ekyali kyekiise mu kkubo lyaffe eritutwala ewa Katonda kyamenyebwamenyebwa, kati tusobola okuwuliziganya ne Katonda ffe ffennyini. Kwe kugamba, omuntu yenna akkiririza mu Yesu Kristo asobola okuyingira yeekaalu ya Katonda entukuvu era n'amusinza era n'amusaba.

Kyendiva mmugabira omugabo wamu n'abakulu, era aligerekera omunyago wamu n'ab'amaanyi; kubanga yafuka obulamu bwe okutuusa ku kufa, n'abalirwa wamu n'abasobya: naye yeetikka ekibi ky'abangi, era yawolereza (Isaaya 53:12).

Nga Nnabbi Isaaya bwe yawandiika ku kubonaabona n'okukomererwa kw'Omununuzi, Yesu bwe yafiira ku musalaba olw'ebibi bya bantu bonna kyokka n'abalibwa n'abasobya. Ne bwe yali ng'afa ku musalaba, yasaba Katonda asonyiwe abo abaali bamukomerera.

Kitange, basonyiwe; kubanga tebamanyi kye bakola (Lukka 23:34).

Bwe yafa ku musalaba, obunnabbi bw'omuwandiisi wa zabuli obugamba nti, "Akuuma amagumba ge gonna, Linnaago erimu terimenyeka" (Zabuli 34:20) bwatuukirira. Tusanga okutuukirizibwa kwabo mu Yokaana 19:32-33, "Awo basserikale ne bajja, ne basookera ku omu ne bamumenya amagulu, n'omulala eyakomererwa naye: naye bwe bajja eri Yesu, ne balaba ng'amaze okufa, ne batamumenya magulu."

Yesu Atuukiriza Obuweereza Bwe olw'okufuuka Omununuzi

Yesu yeetikka ebibi by'abantu ku musalaba Gwe era n'abafiirira nga ssaddaaka etangirira ebibi, naye okutuukirira kw'ekigendererwa ky'obulokozi tekwali kwa kuyita mu kufa kwa Yesu.

Nga bwe kyalangibwa mu Zabuli 16:10, "Kubanga tolireka mmeeme yange mu Magombe; so toliganya Omutukuvu wo okulaba okuvunda," ne mu Zabuli 118:17, "Sirifa, naye naabeeranga mulamu, Era naabuuliranga emirimu gya MUKAMA," omubiri gwa Yesu tegwavunda era Yazuukira ku lunaku olw'okusatu.

Era nga bwe kyayongera okulangibwa mu Zabuli 68:18, "Olinnye waggulu, osibye obusibe bwo; Oweereddwa ebirabo mu bantu, Era ne mu bajeemu, MUKAMA Katonda alyoke atuulenga wamu nabo," Yesu yalinnya mu ggulu era abadde alinda ennaku ez'oluvanyuma omwo mwanaamaliriza okuteekateeka abantu era akulembera abantu Be eri eggulu.

Kyangu okulaba nga buli kimu Katonda kye yalanga ku Mununuzi okuyita mu bannabbi Be bituukiriziddwa mu bujjuvu okuyita mu Yesu Kristo.

Okufa kwa Yesu n'obunnabbi bwa Isiraeri

Abalonde ba Katonda Isiraeri baalemwa okutegeera Yesu ng'Omununuzi. Naye era, Katonda talekeredde bantu Be be yalonda era leero ali mu kutuukiriza ekigendererwa Kye eky'okulokola Isiraeri.

Ne mu kukomererwa kwa Yesu, Katonda yawa obunnabbi ku biseera bya Isiraeri eby'omu maaso, era kino kiri bwe kityo olw'okwagala okungi ennyo kwalina gye bali n'okwagala basobole okukkiririza mu Mununuzi oyo Katonda gwe yatuma n'okutuuka eri obulokozi.

Okubonaabona kwa Isiraeri Abaakomerera Yesu

Wadde Gavana wa Rooma Pontiyaasi Piraato yasalira Yesu ogw'okukomererwa, baali Bayudaaya abeegayirira Piraato okutwala okusalawo okwo. Piraato yali akimanyi bulungi nti tewaali kisinziirwako okutta Yesu, naye ekibiina ne kimuteeka ku bunkeeke, nga baleekana nti Yesu akomererwe, ne batuuka n'okwekalakaasa.

Ng'atwala okusalawo kwe okukkiriza Yesu akomererwe, Piraato yakwata amazzi n'anaaba mu ngalo mu maaso g'ekibiina ng'agamba nti, "Nze siriiko kabi olw'omusaayi gw'omuntu ono omutuukirivu; musango gwammwe." (Matayo 27:24). Mu kuddamu, abayudaaya ne balekaana, "Omusaayi Gwe gubeere ku ffe , ne ku baana baffe!" (Matayo 27:25)

Mu myaka gye 70 nga Yesu amaze okuzaalibwa, Yerusaalemi yagwa mu mikono gya generaali omuruumi Tito. Yeekalu n'eyonoonebwa era bakawonawo ne bakakibwa okuva mu nsi yaabwe ne basaasaanira mu nsi endala. N'olwekyo Obuwang'anguse ne butandika era ne bumala kumpi emyaka 2,000. Mu kiseera kino eky'okuwang'anguka obunene bw'okubonaabona kw'abantu ba Isiraeri kwe baayitamu tekusobola kunyonyolwa mu bigambo.

Yerusaalemi bwe yagwa, Abayudaaya nga akakadde kamu mw'emitwalo kkumi baasanjagibwa, era mu biseera bya Ssematalo ow'Okubiri, abayudaaya ng'obukadde mukaaga baasanjagibwa eggye lya Nazi. Bwe baasanjagibwa eggye lya Nazi, Abayudaaya baayambulibwa ne basigala bukunya era kino kyali ng'ekijjukizo Yesu bwe yakomererwa ng'ali bwereere.

Kale, bbo aba Isiraeri bayinza okugamba nti okubonaabona kwabwe tekwava ku kuba nti baakomerera Yesu. Wabula bw'otunula emabega mu byafaayo bya Isiraeri, kyeraga lwatu nti Isiraeri n'abantu baayo baakuumibwanga Katonda era ne bakulaakulana bwe batambuliranga mu kwagala kwa Katonda. Bwe beesamba okwagala kwa Katonda, aba Isiraeri baakangavvulwa era ne bayita mu kubonaabona n'ebigezo.

Kale tukimanyi nti okubonaabona kwa Isiraeri tekwajja buzzi nga tewali kikuleese. Singa okukomerera Yesu kwali kutuufu mu maaso ga Katonda, lwaki Katonda y'ava mu Isiraeri wakati mu kubonaabona okw'ettima bwe kutyo okwamala ebbanga eddene?

Olugoye Lwa Yesu Olw'okungulu n'Ekanzu Ye, n'Ebiseera bya Isiraeri Eby'omu Maaso

Ekintu ekirala eky'abaawo ekyalanga ebintu ebyali bijja okutuuka ku Isiraeri kyatuukawo mu kifo Yesu we yakomererwa. Nga bwe tusoma mu Zabuli 22:18, "Bagabana ebyambalo byange, Ne bakuba akalulu ku lugoye lwange.," Abasserikale Abaruumi baatwala ebyambalo bya Yesu eby'okungulu ne babisalamu ebitundu bina, buli musserikale ng'atwalako omuteeko, kyokka yo ekkanzu Ye baagikubako akalulu era omu ku bo n'agitwala.

Kino kikwatagana kitya n'ebiseera bya Isiraeri eby'omu maaso? Nga Yesu bwali Kabaka w'Abayudaaya, olugoye lwa Yesu olw'okungulu mu by'omwoyo lutegeeza abalonde ba Katonda, eggwanga lya Isiraeri n'abantu baalyo. Olugoye lwa Yesu olw'okungulu bwe lwayuzibwamu emiteeko ena era enkula yaalwo n'ebula, kino kyalanga okwonooneka kw'eggwanga lya Isiraeri. Wabula, olw'okuba ekyambalo eky'okungulu kyasigalawo, kino era kyalanga nti eggwanga lya Isiraeri wadde liyinza okuvvaawo, erinnya "Isiraeri" lyali lya kusigalawo.

Amakulu ki ag'ava mu Basserikale okutwala engoye za Yesu ne bateeka emiteeko ena, buli sserikale muteeko? Kino kiraga nti abantu ba Isiraeri baali baakuccankalanyizibwa Abaruumi era basaasaane. Obunnabbi buno bwatuukirizibwa n'okugwa kwa Yerusaalemi n'okukubibwa kw'eggwanga lya Isiraeri, ekyawaliriza Abayudaaya okusaasaanira mu bitundu by'ensi eby'enjawulo.

Ku kkanzu ya Yesu, Yokaana 19:23 wasoma nti, "N'ekkanzu ye teyatungwa, yalukibwa bulukibwa yonna okuva waggulu." Eky'okuba nti ekkanzu Ye "teyatungwa" kabonero akalaga nti tewali ngoye za njawulo z'atungibwa wamu okuvaamu olugoye lumu.
Abantu bangi tebeetegereza ngeri ngoye zaabwe gye zaatungibwamu. Olwo, lwaki Baibuli yawandiika mu bujjuvu ku nkula y'ekkanzu ya Yesu? Mu kino mulimu obunnabbi ku birituuka ku bantu baIsiraeri.
Ekkanzu ya Yesu kabonero akalaga omutima gw'abantu ba Isiraeri, omutima gwe bakozesa okuweereza Katonda. Eky'okuba

nti ekkanzu Ye "teyatungwa, yalukibwa bulukibwa yonna okuva waggulu" kiraga omutima gwa Isiraeri eri Katonda nti guwangadde okuva ku jjajjaabwe Yakobo era tegukyukakyuka mu mbeera yonna.

Okuyita mu Bika Ekkumi n'ebibiri nga tuviira ddala mu kiseera kya Ibulayimu, Isaaka, ne Yakobo, baakola eggwanga era abantu ba Isiraeri banywezezza obulongoofu bwabwe ng'eggwanga nga tebawasa bweru mu bamawanga. Oluvanyuma lw'okwawulamu Obwakabaka bwa Isiraeri obw'ekyengulu ne Yuda obw'ekyemmanga, bbo abantu mu bwakabaka obw'ekyengulu baawasa okuva ebweru naye Yuda bbo baasigala nga tebayingiddwamu balala. N'olwaleero, Abayudaaya bakuuma ennono zaabwe ezaviira ddala emabega ku bajjajja b'okukkiriza.

N'olwekyo, wadde ebyambalo bya Yesu eby'okungulu byayuzibwamu ebitundu bina, ekkanze ye yasigala nga bwe yali. Kino amakulu gaakyo nti wadde enkula y'eggwanga lya Isiraeri eyinza okuvaawo, emitima gy'abantu ba Isiraeri eri Katonda n'okumukkiririzaamu tebisobola kumalibwaawo.

Olw'okuba balina omutima guno ogutakyukakyuka, Katonda yabalonda ng'abalonde Be era okuyita mu bo abadde Ajja atuukiriza enteekateeka Ye n'okwagala okutuuka ne leero. Wadde ebyasa bingi biyiseewo, abantu ba Isiraeri bagoberera nnyo Amateeka. Kino kiri bwe kityo lwakuba baasikira omutima gwa Yakobo ogutakyukakyuka.

Era ekyavaamu, emyaka nga 1,900 nga bamaze okufiirwa ensi yaabwe, abantu ba Isiraeri beewunyisa ensi bwe baalangirira obwetwaze bwabwe n'okuddawo kw'eggwanga lyabwe ng'ennaku z'omwezi 14, ogw'okutaano, 1948.

Kubanga ndibaggya mu mawanga, ne mbakung'anya okubaggya

mu nsi zonna, ne mbayingiza mu nsi yammwe mmwe (Ezeekyeri 36:24).

Awo munaabeeranga mu nsi gye nnawa bajjajja mmwe; nammwe munaabanga bantu bange, nange naabanga Katonda wammwe (Ezeekyeri 36:28).

Nga bwe kyayogerwa edda mu bunnabbi mu Ndagaano Enkadde, "Ennaku nnyingi nga ziyiseewo olijjirwa, mu myaka egy'enkomerero olireetebwa mu nsi," abantu ba Isiraeri baatandika okuyiika mu Palestine era ne bazzaawo eggwanga nate (Ezeekyeri 38:8). Era, okukulaakulana ne bafuuka emu ku nsi ezisinga amaanyi, Isiraeri ezzeemu okukakasa eri ensi yonna embala yaawe ey'amaanyi ng'eggwanga.

Katonda Ayagala Isiraeri Yeetekereteekere okudda kwa Yesu

Katonda ayagala Isiraeri-eyakaddizibwaawo okuba obulindaala n'okwetegekera Okudda kw'Omununuzi. Yesu yajja mu nsi ya Isiraeri emyaka nga 2,000 egiyise, yatuukiriza mu bujjuvu ekigendererwa ky'obulokozi bw'abantu bonna era n'afuuka Omulokozi era Omununuzi ku lwabwe. Bwe yalinnya mu ggulu, Yasuubiza okudda era kati Katonda ayagala abalonde Be okulindirira okudda kw'omununuzi n'okukkiriza okutuufu.

Omununuzi Yesu Kristo bw'anadda nate, tajja kujjira mu byakyavu ng'ekiralo oba okuyita mu kubonaabona n'ekibonerezo ky'omusalaba nga bwe yakola ebyasa bibiri emabega. Wabula, Ajja kulabikira mu buyinza bw'eggye ly'eggulu ne bamalayika era adde ku nsi kuno nga Kabaka wa bakabaka era Mukama w'abakama mu kitiibwa kya Katonda ensi yonna esobole okulaba.

Laba, Ajja n'ebire; era buli liiso liri mulaba , n'abo abaamufumita; n'ebika byonna eby'omu nsi birimukubira ebiwoobe. Weewaawo Amiina (Okubikkulirwa 1:7).

Ekiseera ekyateekebwawo bwe kirituuka, abantu bonna, abakkiriza n'abatali, bajja kulaba okudda kwa Mukama mu bbanga. Ku lunaku olwo, abo bonna abakkiririza mu Yesu ng'Omulokozi w'abantu bonna bajja kusitulibwa mu bire era beetabe mu Mbaga ey'Obugole mu bbanga, naye abalala bajja kulekebwa emabega okukuba ebiwoobe.

Nga Katonda bwe yatonda omuntu eyasooka Adamu era n'atandika okuteekateeka abantu bonna, ddala walibaawo enkomerero yaakwo. Nga omulimi bw'asiga ensigo era n'akungula bye yasiga, wajja kubaawo ekiseera ky'okukungula abantu abateekeddwateekeddwa. Okuteekateeka kw'abantu okwa Katonda kujja kuggwa n'Okudda kw'Omununuzi Yesu Kristo.

Yesu atugamba mu Kubikkulirwa 22:7, "Era, laba, njija mangu. Aweereddwa omukisa akwata ebigambo eby'obunnabbi obw'ekitabo kino." Ekiseera kyaffe kye kiseera eky'ennaku ez'oluvanyuma. Mu kwagala Kwe eri aba Isiraeri okutapimika, Katonda abeera akuumira abantu Be mu kitangaala okuyita mu byafaayo byabwe basobole okukkiriza Omununuzi. Katonda tayagala balonde Be bokka wabula ayagala abantu bonna okukkiriza Yesu Kristo ng'enkomerero y'okuteekateeka abantu tennaba.

Baibuli y'oluruumi, emanyiddwa Abakristaayo ng'Endagaano Enkadde

Essuula 3
Katonda Oyo Isiraeri gw'ekkiririzaamu

Amateeka n'obulobolombo

Katonda bwe yali akulemberera abantu Be abalonde, Isiraeri, ng'abajja mu Misiri okubatwala mu nsi ye Kanani ensuubize, Yakka wansi ku lusozi Sinaayi. Awo MUKAMA Katonda n'ayita Musa, eyakulemberamu okutambula, Gyali n'amugamba nti bakabona balina okutongozebwa singa banaabanga basembera awali Katonda. Okwongereza kw'ebyo, Katonda y'awa abantu Amateeka Ekkumi n'amateeka amalala mangi okuyita mu Musa.

Musa bwe yaddiramu abantu ebigamba n'amateeka bya Yakuwa-Katonda mu butongole, bonna ne baddamu mu ddoboozi limu nga bagamba, "Ebigambo byonna MUKAMA By'ayogedde Tulibikola!" (Okuva 24:3) Wabula Musa bwe yali ku lusozi Sinaayi nga Katonda amuyise, abantu baakaka Alooni okukola ennyana mu zaabu era ne bakola ekibi ekinene eky'okusinza ebifaanananyi.

Baayinza batya okuba abalonde ba Katonda ne bakola ekibi ekinene bwe kityo? Abantu bonna okuva ku Adamu, abaakola ekibi ky'obujeemu, zzadde lya Adamu era bonna bazaalibwa n'embala ey'ekibi. Bakakibwa okwonoona nga tebaneetukuza kwe bafuna singa bakomola emitima gyabwe. Eyo yensonga lwaki Katonda yasindika Omwana We omu yekka Yesu, era okuyita mu kukomererwa kwa Yesu Yaggulawo oluggi abantu bonna mwe bayinza okuyita okusonyiyibwa ebibi byabwe.

Olwo lwaki Katonda y'awa abantu amateeka? Amateeka Ekkumi Katonda ge yalagira okuyita mu Musa, n'ebiragiro n'emisango byonna bimanyiddwa ng'amateeka.

Okuyita mu Mateeka Katonda yabakulembera eri Ensi ekulukuta n'amata n'omubisi gw'enjuki

Ensonga n'ekigendererwa lwaki Katonda y'awa abantu ba Isiraeri amateeka mu kutambula okuva e Misiri kwe kwagala bo okweyagalira mu mukisa nga mu gwo mwe baandiyingiridde ensi y'e Kanani, ensi eyali ekulukuta n'amata saako omubisi. Abantu baafuna amateeka butereevu okuva ewa Musa, naye tebaakuuma ndagaano ya Katonda era ne bakola ebibi bingi omuli okusinza ebifaananyi n'obwenzi. Ku nkomerero abasinga ku bo baafiira mu bibi byabwe mu myaka ana gye baamala mu ddungu.

Ekitabo eky'amateeka Olw'okubiri kyawandiikibwa okusinziira ku bigambo bya Musa ebyasembayo, era kyekeneenya endagaano za Katonda n'amateeka. Abantu abaasimbula mu Misiri omulembe ogusooka abasinga b'afa okujjako Yoswa ne Kalebu era ekiseera kye eky'okulekulekulira abantu ba Isiraeri bwe kyatuuka, Musa yasaba nnyo abantu abaddako mu mulembe ogw'okubiri n'ogw'okusatu mu kutambula, okwagala Katonda n'okugondera amateeka Ge.

Ne kaakano, Isiraeri, MUKUMA Katonda wo akwagaza ki wabula okutyanga MUKAMA Katonda wo, okutambuliranga mu makubo ge gonna, n'okumwagala, era n'okuweereza MUKAMA Katonda wo n'omutima gwo gwonna n'emmeeme yo yonna, era okwekuumanga ebiragiro bya MUKAMA n'amateeka Ge bwe nkulagira leero olw'obulungi bwo? (Eky'amateeka Olw'okubiri

10:12-13).

Katonda yabawa amateeka kubanga Yali ayagala bagagondere nga bakyagala okuva ku ntobo y'emitima gyabwe n'okukakasa okwagala kwabwe eri Katonda okuyita mu bugonvu bwabwe. Katonda teyabawa mateeka kubakugira oba okubasiba wadde n'akatono, wabula Yali ayagala akkirize emitima gyabwe emigonvu era abawe emikisa.

Ebigambo bino bye nkulagira leero binaabanga ku mutima gwo: era onoonyiikiranga okubiyigiriza abaana bo, era onoobyogerangako bw'onootuulanga mu nnyumba yo, era bw'onootambuliranga mu kkubo, era bw'onoogalamiranga, era bw'onoogolokokanga. Era onoobisibanga okuba akabonero ku mukono gwo, era binaabanga eby'oku kyenyi wakati w'amaaso go. Era onoobiwandiikanga mu mifubeeto gy'ennyumba yo, ne ku nzigi zo (Eky'amateeka Olw'okubiri 6:6-9).

Okuyita mu nyiriri zino, Katonda yabagamba nga bwe balina okujjukiranga amateeka mu mitima gyabwe, okugasomesa n'okugatambuliramu. Okuva mu mirembe egyo gyonna, ebiragiro n'amateeka ga Katonda nga bwe byawandiikibwa mu Bitabo bya Musa Ebitaano, bikyajjukirwa era ne bikuumibwa, naye essira ku kuuma amateeka liteereddwa ku kungulu.

Amateeka n'obulombolombo bw'abakadde

Eky'okulabirako, Etteeka liragira Ssabbiiti okukuumibwa

nga ntukuvu, era abakadde baateekawo obulombolombo bungi obulala obwetooloolera ku kukuuma etteeka lino nga okubagaana okukozesa enzigi ez'eggula zokka, zi lifuti n'ebyuma ebitambuza abantu, obutasoma mabaluwa ga mirimu, agabakkiriza okutambla, n'ebitereke ebirala. Obulombolombo bw'abakadde bw'ajja nga butya okubaawo?

Yeekaalu ya Katonda bwe yayonoonebwa era abantu ba Isiraeri ne batwalibwa e Babilooni mu muwambe, baalowooza nti osanga baali balemereddwa okuweereza Katonda n'emitima gyabwe. Bwe batyo ne baagala okuweereza Katonda okusingako n'okukozesa amateeka mu mbeera eno eyali ey'okukyuka ekiseera bwe kinaagenda kiyitawo, bwe batyo ne bateekawo ebiragiro ebikakali.

Obulombolombo buno bwateekebwawo n'endowooza y'okuweereza Katonda n'omutima gwabwe gwonna. Kwe kugamba, baateekawo obulombolombo bungi obukakali obwakwatanga ku buli nsonga ya bulamu basobole okukuuma amateeka mu buli kimu mu bulamu bwabwe obwa bulijjo.

Olumu obulombolombo obukakali bwayambanga okukuuma etteeka nga terimenyeddwa. Naye, ekiseera bwe kyayitawo baabulwa amakulu g'ennyini agaali mu mateeka era omugaso ne basinga ku gulaba mu by'okungulu mu kutuukiriza amateeka. Mu ngeri eno, baatandika okuva ku makulu gennyini ag'amateeka.

Katonda alaba era n'akkiriza omutima gwa buli muntu mu kukuuma amateeka okusinga okuteeka omugaso ku nneeyisa y'okungulu ey'okukwata amateeka n'ebikolwa. N'olwekyo, Ataddewo amateeka okusobola okunoonya abo abamusizaamu ddala ekitiibwa, n'okuwa omukisa abo abamugondera. Wadde abantu bangi mu biseera by'Endagaano Enkadde baalinga abakuuma amateeka, mu kiseera kye kimu waaliwo bangi abaagamenyanga.

"Mu mmwe singa mubaddemu n'omu eyandiggaddewo enzigi, muleme okukuma omuliro ku Kyoto kyange obwereere! Sibasanyukira n'akatono, bwayogera MUKAMA w'eggye, "so sikkirize kiweebwayo eri omukono gwammwe" (Malachi 1:10).

Abasomesa b'amateeka n'abakadde bwe baayogeranga obubi ku Yesu ne bavumirira abayigirizwa Be, si lwakuba Yesu n'abayigirizwa Be baamenyanga amateeka, naye lwakuba baagaana okugondera obulombolombo bw'abakadde. Kinyonyolwa bulungi mu Njiri ya Matayo.

Abayigirizwa bo kiki ekiboonoonyesa obulombolombo bwe twaweebwa abakadde? Kubanga tebanaaba mu ngalo nga balya emmere (Matayo 15: 2).

Mu kiseera kino, Yesu yabatangaaza ng'abagamba nti tegaali mateeka ga Katonda ge baamenyanga, wabula, obulobolombo bw'abakadde bwe bwali bumenyeddwa. Kituufu, kikulu nnyo okugondera amateeka mu bikolwa kungulu, naye ate kiba kyamugaso ddala okutegeera okwagala kwa Katonda okutuufu okwo okukwekeddwa mu mateeka.

Era Yesu n'addamu n'abagamba,

Nammwe kiki ekiboonoonyesa etteeka lya Katonda olw'obulombolombo bwe mwaweebwa? Kubanga Katonda yagamba nti Ossangamu ekitiibwa kitaawo ne nnyoko: nate nti Avumanga kitaawe oba nnyina, bamuttanga bussi. Naye mmwe mugamba nti Buli aligamba kitaawe oba nnyina nti Kyonna kye nnandikuwadde okukugasa, nkiwadde Katonda, alireka okussaamu ekitiibwa kitaawe. Mwadibya ekigambo kya Katonda olw'obulombolombo bwammwe bwe mwaweebwa (Matayo 15:3-6).

Ku nnyiriri eziddako, Yesu era agamba,

Mmwe bannanfuusi, Isaaya yalagula bulungi ku mmwe, ng'agambaa nti: "Abantu bano banzisaamu ekitiibwa kya ku mimwa; Naye omutima gwabwe gundi wala. Naye bayigiriza amateeka g'abantu nga bye by'okukwata" (Matayo 15:7-9).

Yesu bwe yamala okuyita ekibiina waali, n'abagamba nti,

Muwulire, mutegeere: ekiyingira mu kamwa si kye kyonoona omuntu, naye ekiva mu kamwa, ekyo kye kyonoona omuntu (Matayo 15:10-11).

Abaana ba Katonda balina okussaamu bazadde baabwe ekitiibwa nga bwe kyawandiikibwa mu Mateeka ekkumi. Naye Abafalisaayo baasomesa abantu nti abaana abalina okuweereza n'okussa mu bazadde baabwe ekitiibwa n'ebyo bye balina basobola okusonyiyibwa obuvunaanyizibwa bwabwe singa balangirira nti ebyabwe byakuweebwayo eri Katonda. Baakola obulombolombo bungi obwogera ku buli kimu mu bulamu ne mu buntu obutono ddala nga Abamawanga tebalina bwe basobola kuteeka bulombololombo bw'abakadde buno bwonna mu nkola, baalowooza nti baali bakola ekintu kirungi nnyo ng'abalonde ba Katonda.

Katonda Isiraeri gwe Kkiririzaamu

Yesu bwe yawonya abalwadde ku lunaku olwa Ssabbiiti, Abafalisaayo ne bavumirira Yesu olw'okutyoboola Ssabbiiti. Lumu Yesu yayingira mu kkung'aniro n'alaba omusajja ayimiridde mu maaso g'aba Falisaayo ng'alina omukono ogukaze. Yesu n'ayagala okubazuukusa era n'ababuuza, ng'agamba:

Kye kirungi ku lunaku lwa ssabbiiti okukola obulungi nantiki okukola obubi? Kuwonya bulamu nantiki kutta? (Makko 3:4)

Ani mu mmwe, bw'aliba n'endiga ye emu, n'emala egwa mu bunnya ku ssabbiiti, ataligikwata okugiggyamu? Omuntu tasinga nnyo ndiga? Kale kirungi okukola obulungi ku ssabbiiti (Matayo 12:11-12).

Olw'okuba Abafalisaayo baali baamanyiira enkula z'amateeka ez'atondebwawo obulombolombo bw'abakadde n'ebirowoozo ebyetooloolerangа ku bo saako eneeyisa eyaabwe, tebaalemwa kutegera okwagala kwa Katonda okutuufu okwali mu mateeka kyokka, wabula baalemwa n'okutegeera Yesu, eyajja ku nsi ng'Omulokozi.

Yesu bulijjo yabalaganga era n'abakubirizanga okwenenya bave mu nsobi zaabwe. Nga beenenya kubanga baali tebafudde ku kigendererwa kya Katonda ekituufu eky'amateeka ge Yali abawadde, n'ebagakyusa era ne balemera ku bikolwa eby'okungulu mu mateeka. Ziribasanga mmwe, abawandiisi n'Abafalisaayo, bannanfuusi! Kubanga muwa ekitundu eky'ekkumi ekya nnabbugira ne aneta ne kkumino, ne mulekayo ebigambo ebikulu eby'amateeka, obutalyanga nsonga, n'ekisa, n'okukkirizanga: naye bino kyabagwanira okubikola, era na biri obutabirekaayo kubigoberera. (Mataayo 23:23).

Ziribasanga mmwe, abawandiisi n'Abafalisaayo, bannanfuusi! Kubanga munaaza kungulu ku kikompe n'ekibya, naye munda mujjudde obunyazi n'obuteegendereza. (Mataayo 23:25).

Abantu ba Isiraeri, abaali wansi w'obufuzi bw'obwakabaka bwa baruumi, mu ndowooza yaabwe baali balowooza nti Omununuzi yali wakubakima n'amaanyi mangi n'ekitiibwa era Omununuzi yali ajja kusobola okubasumulula okuva mu mikono gy'abo abaali bababonyaabonya n'okubasobozesa okufuga amawanga amalala gonna.

Kyokka ono omusajja yali azaaliddwa mubazi; yabeeranga n'abo abaagaanibwa, abalwadde, ab'onoonyi; yayitanga Katonda nti "Kitange," era ng'agamba nti Ky'ekitangaala ky'ensi. Bwe yabanenya olw'ebibi byabwe, abo abaali batambulidde mu mateeka okusinziira ku bo era nga beeyita balongoofu, baafumitibwa mu mitima n'ebigambo Bye byabakola bubi nnyo ne bamukomerera awatali nsonga.

Katonda Ayagala Tubeere n'Okwagala n'Okusonyiwa

Abafalisaayo bazze bagondera ebiragiro by'obuyudaaya era babaze emyaka miwanvu egy'ennono n'obulombolombo nga mikulu nnyo ng'obulamu bwabwe. Baayisanga abawooza b'emisolo, abaakoleranga obwakabaka, ng'abonoonyi era nga babeewala.

Okutandika mu Matayo 9:10 wagamba nti Yesu yaliira ku mmeeza emu era mu nnyumba y'omuwooza gwe baali bayita Matayo, era abawooza bangi n'ababi bwe baali nga batudde ne Yesu n'abayigirizwa Be. Abafalisaayo bwe baabalaba ne babuuza abayigirizwa Be, "Omuyigiriza wammwe kiki ekimuliisa n'abawooza n'abantu ababi?" Yesu bwe yabawulira nga basunga abayigirizwa Be, Yabanyonyola ku mutima gwa Katonda. Katonda agabira okwagala kwe okutaggwaawo n'okusaasira eri buli muntu yenna eyeenenya ebibi bye okuva mu mutima gwe era n'ataddamu ku bikola.

Matayo 9:12-13 w'ongera ne wagamba, "Naye Yesu bwe yawulira, n'agamba nti 'Abalamu tebeetaaga musawo, wabula abalwadde,Naye mugende muyige amakulu g'ekigambo kino nti "njagala kisa, so si ssaddaaka," kubanga sajja kuyita batuukirivu, wabula abantu ababi"

Okwonoona kw'abantu ba Nineevi bwe kwatuuka mu ggulu, Katonda yali anaatera okusaanyaawo ekibuga ky'e Nineevi. Naye nga, tannakikola, Katonda yasindika nnabbi Yona, okubagamba beenenye ebibi byabwe. Abantu beenenya era ne balekera ddala ebibi byabwe era Katonda okusalwo Kwe yali akoze n'akusazaamu nga Yali anaatera okusaanyaawo Ninevi. Abafalisaayo beebaali balowooza nti omuntu yenna kasita amenya etteeka tewali kirala kimukolebwa okujjako okusalibwa omusango, ekitundu ekisinga ku tteeka ekirungi kwe kwagala okutakoowa n'okusonyiwa, naye bo Abafalisaayo baali balowooza nti okusalira omuntu omusango kye kisinga okuba ekituufu n'okuba eky'omuwendo okusinga okusonyiwa omuntu n'okwagala.

Mu ngeri y'emu, bwe tutategeera mutima gwa Katonda oyo eyatuwa etteeka, tuwalirizibwa okusalira buli kimu omusango nga tukozesa amagezi gaffe n'enjigiiza era egyo emisango egisaliddwa gijja kusangibwa nga miccaamu mu maaso ga Katonda.

Ekigendererwa kya Katonda Ekituufu eky'okuteekawo Amateeka

Katonda yatonda eggulu n'ensi na buli kintu kyonna ekibirimu era n'akola omuntu olw'ekigendererwa ky'okufuna abaana abatuufu abo abafaananyizza Katonda omutima. N'ekigendererwa kino, Katonda agambye Abantu Be "kale mwetukuzenga, mubeerenga abatukuvu; kubanga nze ndi mutukuvu" (Eby'abaleevi 11:44). Akitwala nti Tumutya bwe tutalabika ng'aba katonda kyokka wabula n'okufuuka abatalina musango gwonna nga tusuula eri obubi bwonna okuva mu mitima.

Mu kiseera kya Yesu Abafalisaayo n'abasomesa b'amateeka baasinganga kwagala biweebwayo mu bikolwa by'okutuukiriza amateeka mu kifo ky'okwetukuza emitima gyabwe. Katonda asanyukira omutima ogumenyese era ogubonneredde okusinga ssaddaaka (Zabuli 51:16-17), n'olwekyo Atuwadde amateeka okusobola okwenenya ebibi byaffe nga tubiviirako ddala okuyita mu mateeka.

Okwagala kwa Katonda Okwa Ddala Okuli munda mu Mateeka ag'Endagaano Enkadde

Tekitegeeza nti ebikolwa by'aba Isiraeri eby'okutuukiriza amateeka tebyalimi kwagala kwe baalina eri Katonda. Naye ekintu kye nnyini Katonda kye yayagala bakola kwali kutukuza mitima era n'abanenyeza ddala okuyita mu Nnabbi Isaaya.

"Zigasa ki ssaddaaka zammwe enkumu ze munsalira, bw'ayogera MUKAMA: Nzikuse endiga ennume enjokye eziweebwayo n'amasavu g'ensolo ensibe; so sisanyukira musaayi gwa nte, newakubadde ogw'abaana b'endiga, newakubadde ogw'embuzi emmandwa. Bwe mujja okulabika mu maaso gange, ani eyabasalira kino, okulinnyirira empya zange? Temuleetanga nate bitone ebitaliimu; obubaane bwa muzizo gye ndi; emyezi egibonese ne ssabbiiti, okuyita amakung'aniro, sisobola butali butuukirivu na kukung'aana kwa ddiini" (Isaaya 1:11-13).

Amakulu amatuufu ag'okukwata amateeka tegabaamu bikolwa bya kungulu wabula okwagala kw'omutima ogw'omunda. N'olwekyo, Katonda teyasanyukira mu ssaddaaka enkumu ez'amuweebwanga ze baawangayo ng'omuze era nga byakungulu nga bayingira mu makung'aniro amatukuvu. Si nsonga ssaddaaka mekka ze baawangayo okusinziira ku mateeka, Katonda teyazisanyukiranga kubanga emitima gyabwe tegyakwatagananga na kwagala kwa Katonda.

Kye kimu ne ssaala zaffe. Mu ssaala zaffe ekikolwa ky'okusaba kyokka si kya mugaso naye endowooza mu mitima gyaffe mu kusaba kikulu nnyo. Omuwandiisi wa Zabuli agamba mu Zabuli 66:18, "Bwe mba ndowooza obutali butuukirivu mu mutima gwange, MUKAMA taawulire."

Katonda aleka abantu okumanya okuyita mu Yesu nti Tasanyukira mu kusaba kwa kweraga oba okw'obunnanfuusi, wabula okusaba okw'amazima okuva ku mutima.

Era bwe musabanga, temubanga nga bannanfuusi; kubanga baagala okusaba nga bayimiridde mu makung'aniro ne ku mabbali g'enguudo, abantu babawe ekitiibwa. Mazima mbagamba nti Bamaze okuweebwa empeera yaabwe. Naye gwe bw'osabanga, yingiranga mu kisenge munda, omalenga okuggalawo oluggi, olyoke osabe Kitaawo ali mu kyama, kale Kitaawo alaba mu kyama, alikuwa empeera (Matayo 6:5-6).

Kye kimu ekituukawo bwe twenenya ebibi byaffe. Bwe twenenya ebibi byaffe, Katonda tayagala tuyuze ngoye zaffe n'okukungubaga n'evvu naye okuwaayo emitima gyaffe n'okwenenya ebibi byaffe okuva ku ntobo y'emitima gyaffe. Ekikolwa ky'okwenenya kyennyini si kikulu, era bwe twenenya ebibi byaffe okuva ku ntobo y'emitima gyaffe ne tubiviirako ddala, Katonda akkiriza okwenenya okwo.

"Era naye ne kaakano munkyukire n'omutima gwammwe gwonna, n'okusiiba n'okukaaba amaziga n'okuwuubaala: era muyuze omutima gwammwe so si byambalo byammwe, mukyukire MUKAMA Katonda wammwe: kubanga wa kisa, era ajjudde okusaasira, alwawo okusunguwala, era akwatirwa nnyo ekisa, era yejjusa obutaleeta bubi" (Yoweri 2:12-13).

Kwe kugamba, Katonda ayagala okukkiriza omutima gw'abo abakozi b'amateeka okusinga abo abagoberera amateeka gennyini. Kino kiyitibwa "okukomola omutima" mu Baibuli. Tusobola okukomola emibiri gyaffe nga tusalako obunyama bw'olususu olw'okungulu, kyokka tusobola n'okukomola olususu lw'omutima okuyita mu kusala emitima gyaffe.

Okukomola emitima Katonda Kyayagala

Okukomala omutima kitegeeza ki mu bujjuvu? Kitegeeza "okwetemako n'okusuula eri buli kika kya bubi n'ebibi omuli ensaalwa, obuggya, obusungu, endowooza embi, obwenzi, obulimba, okulimba, okusalira abalala emisango, n'okuvumirira okuva mu mutima." Bwe weetemako ebibi n'obubi okuva mu mutima gwo era n'ogoberera amateeka, Katonda akkiriza nti bwe bugonvu obutuukiridde.

Mwekomole eri MUKAMA, muggyewo ebikuta eby'emitima gyammwe, mmwe abasajja ba Yuda n'abali mu Yersaalemi: ekiruyi kyange kireme okufuluma ng'omuliro ne kyokya ne wataba ayinza okukizikiza olw'obubi obw'ebikolwa byammwe (Yeremiya 4:4).

Kale mukomole ekikuta ky'omutima gwa mmwe, so temubanga nate ba nsingo nkakanyavu (Ekyamateeka Olw'okubiri 10:16).

Misiri ne Yuda ne Edomu n'abaana ba Amoni ne Mowaabu ne bonna abamwa oluge, ababeera mu ddungu: kubanga amawanga gonna si makomole, n'ennyumba yonna eya Isiraeri si bakomole mu mutima gwabwe (Yeremiya 9:26).

Era MUKAMA Katonda wo alikukomola omutima, n'omutima gw'ezzadde lyo, okwagalanga MUKAMA Katonda wo n'omutima gwo gwonna, n'emmeeme yo yonna, olyoke obe omulamu (Eky'amateeka Olw'okubiri 30:6).

N'olwekyo, Endagaano Enkadde etera okutukubiriza okukomola emitima gyaffe, era abo bokka abakomoleddwa mu mitima beebasobola okwagala Katonda n'emitima gyabwe gyonna wamu n'emmeeme zaabwe zonna.

Katonda ayagala abaana Be okubeera abatukuvu era nga batuukiridde. Mu Lubereberye 17:1, Katonda yagamba Ibulayimu nti "yali talina musango gwonna," ate mu By'abaleevi 19:2, Yalagira abantu ba Isiraeri "okuba abatuukirivu."

Yokaana 10:35 wagamba, "Oba nga yabayita abo bakatonda, abajjirwa ekigambo kya Katonda , (so n'ebyawandiikibwa tebiyinza kudiba)," ne mu 2 Peter 1:4 wagamba, " Ebyatuweesa ebisuubizibwa eby'omuwendo omungi ebinene ennyo, olw'ebyo mulyoke mugabanire awamu obuzaaliranwa bwa Katonda, bwe mwawona okuva mu kuzikirira okuli mu nsi olw'okwegomba."

Mu biseera by'Endagaano Enkadde baalokolebwanga okuyita mu bikolwa by'okugoberera amateeka, wabula mu kiseera ky'Endagaano Empya tusobola okulokolebwa okuyita mu kukkiririza mu Yesu Kristo ayatuukiriza amateeka n'okwagala.

Obulokozi okuyita mu bikolwa, mu biseera by'Endagaano Enkadde, bwasobolanga okutuukikako ne bwe b'abanga n'okuyayaana okutta, okukyawa, okwenda, n'okulimba naye kasita tebaakikolanga mu bikolwa. Mu biseera by'Endagaano Enkadde Omwoyo Omutukuvu teyababeerangamu era baali tebasobola kweggyako mbala ya kibi n'amaanyi gaabwe bo. Kale bwe bataakolanga bibi ebyo ku kungulu okulabibwa, tebaatwalibwanga nti b'onoonyi.

Wabula, mu biseera by'Endagaano Empya, tusobola okutuuka ku bulokozi singa tuba tukomodde emitima gyaffe olw'okukkiriza. Omwoyo Omutukuvu atusobozesa okutegeera ekibi, obutuukirivu, n'omusango era n'atuyamba okutambulira mu kigambo kya Katonda, n'olwekyo tusobola okusuula eri obutali butuukirivu n'embala y'ekibi n'okukomola emitima gyaffe.

Obulokozi okuyita mu kukkiririza mu Yesu Kristo tebumala gaweebwa omuntu olw'okuba amanyi era ng'akkiriza nti Yesu Kristo ye Mulokzi. Okujjako nga tusudde eri obubi okuva mu mitima gyaffe kubanga twagala Katonda era ne tutambulira mu mazima olw'okukkiriza, Katonda lw'ajja okutwala okukkiriza kwaffe ng'okukkiriza okutuufu era n'atulung'amya tuleme okufuna obulokozi obutuukiridde bwokka, wabula n'okututwala eri ekkubo ery'ebyokuddamu eby'ekitalo n'emukisa.

Engeri Y'okusanyusaamu Katonda

Kya butonde nti omwana wa Katonda talina kw'onoona mu bikolwa. Era kya bulijjo ye okwegyako agatali mazima n'okwegomba okubi okw'omu mutima okusobola okufaanana obutuukirivu bwa Katonda. Bw'otakola bibi mu bikolwa naye n'otereka okwegomba okubi mu ggwe okwo Katonda kwatayagala, Katonda tosobola ku kuyita mutuukirivu.

Eyo yensonga lwaki kyawandiikibwa mu Matayo 5:27-28, "Mwawulira bwe baagambibwa nti Toyendanga: naye nange mbagamba nti buli muntu atunuulira omukazi okumwegomba, ng'amaze okumwendako mu mutima gwe."

Era kigambibwa mu 1 John 3:15 nti, "Buli muntu yenna akyawa muganda we ye mussi; era mumanyi nga tewali mussi alina obulamu obutaggwaawo nga bubeera mu ye." Olunyiriri luno lutukubiriza okweggyako obukyayi bwonna okuva mu mutima.

Olina kweyisa otya eri abalabe bo abatakwagala okusobola okusanyusa Katonda?

Etteeka ery'omu biseera by'Endagaano Enkadde litugamba, "Eriiso olw'eriiso [n'e] erinnyo olw'erinnyo." Kwe kugamba, etteeka litugamba, "Nga bw'alemazizza omuntu, bw'anaasasulibwanga bw'atyo" (Eby'abaleevi 24:20). Kyaliiwo olw'okwagala okuziyiza omuntu obutatuusa bulabe ku banne n'ebiragiro ebikakali. Kyali bwe kityo lwakuba Katonda akimanyi nti omuntu ayagala nnyo okusasula omuntu n'okusinga ku kyamutuusiddwako ye mu bubi bwe.

Kabaka Daudi yayogerwako ng'eyali afananya Katonda omutima. Kabaka Saulo bwe yagezaako okumutta, Daudi teyazzaayo bubi bwonna wadde obubi bwa Kabaka Saulo gyali bwali bungi, naye n'amuyisa na bulungi bwokka okutuuka ku kiseera ekisembayo. Daudi yalaba amakulu amatuufu agali munda mu mateeka era n'atambuliranga mu kigambo kya Katonda kyokka.

Towalananga ggwanga, so tobanga na nge yonna eri abaana b'abantu bo, naye onooyagalanga muliraanwa wo nga bwe weeyagala wekka: nze MUKAMA (Eby'abaleevi 19:18).

Tosanyukanga omulabe wo bw'agwanga, so n'omutima gwo gulemenga okusanyuka bw'ameggebwanga (Engero 24:17).

Omulabe wo bw'alumwanga enjala, omuwanga emmere ey'okulya; Era bw'alumwanga ennyonta, omuwanga amazzi okunywa (Engero 25:21).

Mwawuliranga bwe baagambibwa nti "Oyagalanga munno, okyawanga omulabe wo" naye nange mbagamba nti Mwagalenga abalabe bamwe, musabirenga ababayigganya (Matayo 5:43-44).

Okusinziira ku nnyiriri ezo waggulu, Bw'oba ng'ogoberera amateeka naye nga tosonyiwa muntu akuleetedde mitawaana, Katonda takusanyukira. Kiba bwe kityo lwakuba Katonda akugambye yagalanga abalabe bo. Bw'otambulira mu mateeka era bw'okikola n'omutima Katonda gwayagala, osobola okuyitibwa oyo agondedde ddala ekigambo kya Katonda.

Amateeka, Akabonero K'okwagala kwa Katonda

Katonda kwagala ayagala atuwe emikisa egitaggwaayo, naye olw'okuba Ye Katonda mwenkanya, Abeera talina kyakukola wabula okutugabira Setaani gye tukoma okwonoona. Yensonga lwaki abakkiririza mu Katonda abamu babonaabona n'endwadde era ne bafuna n'obubenje n'agazibu bwe batatambulira mu kigambo kya Katonda.

Katonda atuwadde ebiragiro bya Katonda bingi mu kwagala Kwe okutukuuma obutagwa mu kugezesebwa n'obulumi. Biragiro bimeka abazadde bye bawa abaana baabwe baleme okulwala n'okufuna obubenje?

"Nnaaba mu ngalo bw'okomawo awaka."
"Ssennya amanyo ng'omaze okulya."
"Tunula erudda n'erudda nga tonnasala kkubo."

Mu ngeri y'emu, Katonda atulagidde okukwatanga ebiragiro Bye n'amateeka ku lw'obulungi bwaffe mu kwagala Kwe (Eky'amateeka olw'okubiri 10:13). Okukwatanga n'okutambulira mu kigambo kya Katonda kibanga ettaala emulisa gye tulaga mu lugendo lwaffe olw'obulamu. Wadde ekizikiza kikutte kwenkana ki, tusobola okutambula ne tutuuka gye tulaga bulungi ne ttaala eyo, era, Katonda oyo ekitangaala bwatambula naffe, tusobole okukuumibwa era ne tweyagalira mu birungi n'emikisa gy'abaana ba Katonda.

Nga Katonda abeera musanyufu bwabeera akuuma abaana Be abo abagondera ekigambo Kye ng'abakuumisa amaaso Ge amoogi era n'abawa buli kye basaba! Na bwe kityo abaana abo basobola okukyusa emitima gyabwe ne gifuuka emiyonjo era emirungi egyo egifaanana ogwa Katonda kasita babeera nga beekuuma era nga bagondera ekigambo kya Katonda, era ne bawulira obuziba bw'okwagala kwa Katonda ne babeera nga basobola okumwagala n'okusingawo.

N'olwekyo, amateeka Katonda gatuwadde galinga akatabo ak'omukwano akalimu enkola eziturung'amya ffe abali wansi w'okuteekebwateekebwa kwa Katonda ku ngeri gye tuyinza okufunamu emikisa egisingayo. Amateeka ga Katonda tegaleeta migugu gye tuli naye gatukuuma okutuwonya agazibu mu nsi eno, Setaani gy'afuga era gatuyamba okuba mu kkubo ery'emikisa.

Yesu Yatuukiriza Amateeka n'okwagala

Mu Kyamateeka olw'okubiri 19:19-21 tulaba nga mu biseera by'endagaano Enkadde abantu bwe baayonoonanga n'amaaso gaabwe, amaaso gaabwe gaalinanga okukuulibwamu. Bwe baayonoonanga n'emikono gyabwe oba ebigere, emikono gyabwe oba ebigere byasalibwangako. Bwe battanga oba okwenda, baakubibwanga amayinja okutuusa lwe baafanga.

Amateeka ag'ensi ey'omwoyo gatugamba nti empeera y'ebibi byaffe kufa. Eyo yensonga lwaki Katonda yabonerezanga bubi nnyo abo abaakolanga ebibi ebitasonyiyika, era yali ayagala kulabula abantu abalala obutakola bibi ebyo.

Naye Katonda kwagala, okukkiriza kwe baateekanga ku mateeka tekwamusanyusanga era kye yava agamba nti, "Eriiso ku lw'eriiso, n'amanyo ku lw'amannyo." Wabula mu Ndagaano Enkadde essira yaliteekanga nnyo ku kukomola emitima. Yali tayagala bantu

Be kuwulira bulumi olw'amateeka, kale ekiseera bwe kyatuuka, Yasindika Yesu eri ensi eno n'amuleka ne yeetika ebibi by'abantu bonna n'okutuukiriza amateeka n'okwagala.

Awatali kukomererwa kwa Yesu, emikono gyaffe n'ebigere byandibadde bisalibwako bwe twandikozenga ebibi. Naye Yesu Yeetika omusalaba n'ayiwa omusaayi Gwe ng'ebibatu Bye n'ebigera bikomererwamu emisumaali. Kati ebiegere n'engalo zaffe tebirina kutemwako olw'okwagala kuno okw'amaanyi okwa Katonda.

Yesu, nga y'omu ne Katonda kwagala, yajja wano ku nsi, n'atuukiriza amateeka n'okwagala. Yesu yatambulira mu bulamu obukola ng'ekyokulabirako obw'okukuuma amateeka ga Katonda gonna.

Wadde Yatuukiriza amateeka gonna, Teyasalira musango abo abaali balemereddwa okugakuuma ng'abagamba, "nti Omenye etteeka gundi, era okutte ekkubo ery'okufa." wabula, Yasomesanga abaavu amazima emisana n'ekiro waakiri omwoyo omulala wadde gumu gusobole okwenenya gutuuke ku bulokozi, era obutakoma Yakolanga era n'awonya era nasumulula abo abaali bazingiddwako endwadde, obunafu, n'abo abaalina emizimu.

Okwagala kwa Yesu kwalagibwa nnyo omukazi, bwe yakwatibwa mu kikolwa eky'obwenzi, n'aleetebwa eri Yesu ng'asindikirizibwa abasomesa b'amateeka n'abafalisaayo. Mu ssuula ey'omunaana ey'enjiri ya Yokaana, abasomesa n'abafalisaayo ne baleeta Gyali omukazi ne bamubuuza Yesu, nti, "Naye mu mateeka ga Musa yatulagira okubakubanga amayinja abakola bwe batyo: kale ggwe oyogera otya ku ye?" (olu. 5) Yesu nabaddamu n'abagamba nti, "Mu mmwe atayonoonangako, asooke okumukuba ejjinja" (olu. 7).

Okubabuuza ekibuuzo ng'ekyo, Yali ayagala okubazuukusa nti si mukazi yekka, wabula n'abo bennyini, abaali basalira omukazi ono ogw'obwenzi nga banoonya kye banaaloopa Yesu, be bantu be bamu abaali ab'onoonyi mu maaso ga Katonda era nti tewali n'omu ayinza kusalira mulala musango. Abantu bwe baakiwulira, baawulira okulumirizibwa muli era ne bafuluma omu ku omu, okutandikira ku bakadde okutuuka ku beenkomerero. Era Yesu bwe yasigalawo yekka, n'omukazi we yali wakati.

Yesu bwe yeegolola n'alaba nga tewasigadde wadde omu okujjako omukazi era n'amubuuza nti, "Omukyala, bazze wa? [abo ababadde bakusalira omusango]?tewali asaze kukusinga?" (olu. 10) n'agamba, "Mpaawo muntu, mukama wange." Yesu n'agamba nti, "Nange sisala kukusinga: genda; okusooka leero toyonoonanga lwa kubiri" (olu. 11).

Omukazi bwe yaleetebwa n'ekibi kye ekitasonyiyika ne kyanjalibwa, yabonaabona n'okutya okw'amaanyi. Kale, Yesu bwe yamusonyiwa, lowoozaamu ku bungi bw'amaziga ge yakaaba olw'okuswazibwa kyokka n'okwebaza kwe yalimu ng'asonyiyiddwa! Buli lwe yajjukiranga okusonyiyibwa kuno n'okwagala kwa Yesu, yali tasobola kuddamu ku menya tteeka wadde okwonoona. Kino kyasoboka kubanga yasisinkana Yesu eyatuukiriza amateeka n'okwagala.

Yesu yatuukiriza amateeka n'okwagala si n'omukyala ono yekka wabula n'olw'abantu bonna. Teyabalirira bulamu bwe wadde era yawaayo n'obulamu Bwe ku lwaffe ab'onoonyi ku musalaba n'omutima ogw'abazadde abatabalirira bulamu bwabwe okutaasa obulamu bw'abaana baabwe ababeera babbira.

Yesu teyalina musango gwonna era nga talina bbala lyonna era nga ye Yali Omwana wa Katonda omu Yekka, wabula yagumira obulumi bwonna obutagambika, n'ayiwa omusaayi Gwe gwonna n'amazzi era n'awaayo obulamu Bwe ku musalaba ku lwaffe ab'onoonyi. Okukomererwa Kwe kye kiseera ekikyasinzeeyo okuba eky'ennaku eky'okutuukiriza okwagala okusingayo amaanyi mu byafaayo by'omuntu.

Amaanyi gano ag'okwagala Kwe bwe gajja gye tuli, tufuna amaanyi ag'okukuuma mu bujjuvu amateeka era tuba tusobola okutuukiriza amateeka mu kwagala nga Yesu bwe yakola.
Singa Yesu teyatuukiriza mateeka na kwagala wabula n'asalira abantu emisango n'okubakolokota mu mateeka era ne Yeefululira ab'onoonyi, olwo abantu bameka abandibadde abalokole mu nsi? Nga bwe kyawandiikibwa mu Baibuli, "Tewali mutuukirivu n'omu, wadde omu bwati" (Abaruumi 3:10), tewali n'omu yandirokoleddwa.

N'olwekyo, Abaana ba Katonda abasonyiyiddwa ebibi byabwe olw'okwagala kwa Katonga okw'amaanyi tebalina kumwagala kyokka nga bakuuma amateeka Ge n'omutima omuwombeefu wabula balina n'okwagala balirwana baabwe nga bwe beeyagala bo era ne babaweereza n'okubasonyiwa.

Abo Abasalira Abalala Emisango n'okubakolokota mu mateeka

Yesu yatuukiriza amateeka n'okwagala era n'afuuka Omulokozi w'abantu bonna, naye aba Falisaayo, abasomesa b'amateeka n'abakadde baakola ki? Baalemera ku kukwata amateeka mu bikolwa mu kifo ky'okutukuza emitma gyabwe nga Katonda bwe yali ayagala, wabula baalowooza nti baali batuukiriza amateeka mu bujjuvu. Era, tebaasonyiwa abo abataatuukirizanga mateeka kyokka nga babasalira emisango n'okubakolokota.

Naye Katonda waffe tayagala tusalire balala n'okubakololota awatali kusaasira na kwagala. Era tayagala na kuba mu bulumi nga tugoberera amateeka awatali kulaba kwagala kwa Katonda. Bwe tussa mu mateeka ekitiibwa naye ne tulemererwa okutegeera omutima gwa Katonda n'okulemererwa okukikola mu kwagala, tekirina kye kitugasa.

Era bwe mba ne bunnabbi ne ntegeera ebyama byonna n'okukkiriza kwonna, n'okuggyawo ne nziyawo ensozi; naye ne ssiba na kwagala, nga ssiri kintu. Era bwe ngabira abaavu bye nnina byonna okubaliisanga, era bwe mpaayo omubiri gwange okwokebwa, naye ne ssiba na kwagala, nga siriiko kye ngasizza (1 Abakkolinso 13:2-3).

Katonda kwagala, Asanyuka era n'atuwa omukisa bwe tukola mu kwagala. Mu biseera bya Yesu Abafalisaayo baalemwa okuba n'okwagala mu mitima gyabwe bwe baatambuliranga mu bikolwa by'amateeka era kino tewali kye baakiganyulwamu. Baasaliranga abalala emisango n'okubakolokota nga bakozesa amagezi gaabwe ag'amateeka, era kino ne kibaviirako okuba ewala ne Katonda era n'ekiviiramu n'okukomerera Omwana wa Katonda.

Bwotegeera Okwagala kwa Katonda okwa Ddala okuli mu Mateeka

Ne mu biseera by'Endagaano Enkadde, Waaliwo ba taata b'okukkiriza ab'amaanyi abaategeera okwagala kwa Katonda okutuufu mu mateeka. Ba taata b'okukkiriza omuli Ibulayimu, Yusufu, Musa, Daudi, ne Eliya tebaagonderanga mateeka kyokka, wabula baafubanga nnyo okufuuka abaana ba Katonda abagonvu nga bakomola emitima gyabwe.

Wabula, Katonda bwe yasindika Yesu ng'Omununuzi okusobozesa Abayudaaya okutegeera Katonda wa Ibulayimu, Katonda wa Isaaka, era Katonda wa Yakobo, tebasobola kumutegeera. Kyali bwe kityo lwa kuba baali bazibiddwa amaaso n'obulombolombo bw'abakadde n'ebikolwa by'okutambulira mu mateeka.

Okusobola okukakasa nti Ye mwana wa Katonda, Yesu yakola ebyewunyisa n'obubonero obw'eby'amagero ebyali bisoboka n'amaanyi ga Katonda gokka. Naye tebaasobola kutegeera Yesu wadde okumutegeera ng'Omununuzi.

Wabula kyali kyanjawulo eri abo Abayudaaya abaalina omutima omulungi. Bwe baawuliriza obubaka bwa Yesu, baamukkiririzaamu era bwe baalaba obubonero obw'ebyewunyo Yesu bwe yakolanga, Bakkiriza nti Katonda yali Naye. Mu ssuula ey'okusatu ey'Enjiri ya Yokaana, Omfalisaayo eyayitibwanga "Nikoodemo" yajja eri Yesu ekiro kimu n'amugamba bwati.

Labbi, tumanyi nti oli muyigirizwa eyava eri Katonda: kubanga tewali muntu ayinza okukola obubonero buno bw'okola ggwe, wabula Katonda ng'ali naye (Yokaana 3:2).

Katonda Kwagala Alindirira Okudda kwa Isiraeri

Olwo lwaki Abayudaaya abasinga obungi baalemwa okutegeera Yesu eyajja ku nsi ng'Omulokozi? Baali bataddewo enkula y'amateeka okusinziira ku ndowooza zaabwe nga bakkiriza nti bayagalanga Katonda era ne bamuweereza, era baali tebaagala kukkiriza bintu ebyali byawukana n'enkula yaabwe ey'amateeka.

Okutuusa lwe yasisinkana Mukama, Paulo yali yakikwata nnyo nti okugondera obulungi amateeka n'obulombolombo bwa bakadde kwe kwali okwagala Katonda n'okumuweereza. Yensonga lwaki teyakkiriza Yesu ng'omulokozi we wabula n'amuyigganya n'abaamukkiririzangamu. Ng'amaze okusisinkana Mukama Yesu eyazuukira bwe yali agenda e Damasiko, entegeera ye ey'amateeka yamenyebwa yonna era n'afuuka omutume wa Mukama, Yesu Kristo. Okuva olwo, yali ayinza n'okuwaayo obulamu bwe ku lwa Mukama.

Okuyaayaana kuno okw'okugondera amateeka ye muntu ow'omunda ddala mu Bayudaaya era ensonga ey'amaanyi ey'abalonde ba Katonda Isiraeri. Nolwekyo, bwe banaategeera okwagala kwa Katonda okwa ddala okuli mu mateeka, bajja kusobola okwagala Katonda okusinga abantu abalala bonna oba eggwanga era babeere beesigwa eri Katonda n'obulamu bwabwe bwonna.

Katonda bwe yakulembera abantu ba Isiraeri okubaggya mu Misiri, Yabawa amateeka gonna n'ebiragiro okuyita mu Musa, era n'abagamba ekyo kye yali Ayagala bakole. N'abasuubiza nti bwe banaayagaa Katonda, ne bakomola emitima gyabwe era ne batambulira mu kwagala Kwe, Yali ajja kubeera n'abo era abawe emikisa egy'amaanyi.

N'okomawo eri MUKAMA Katonda wo, n'ogondera eddoboozi lye nga byonna bwe biri bye nkulagira leero, ggwe n'abaana bo, n'omutima gwo gwonna, era n'emmeeme yo yonna: MUKAMA Katonda wo n'alyoka akyusa okunyagibwa kwo, n'akusaasira, n'akomawo n'akukung'anya ng'akuggya mu mawanga gonna, MUKAMA Katonda wo gye yakusaasaanyiza. Omuntu yenna ku babo abaagobebwa bw'aba ng'ali mu nsonda z'eggulu, MUKAMA Katonda wo anaakuggyanga eyo okukung'anya, era anaakukimanga eyo. Era MUKAMA Katonda wo anaakuyingizanga mu nsi bajjajja bo gye baalya naawe oligirya; era alikukola bulungi, alikwaza okusinga bajjajja bo. Era MUKAMA Katonda wo alikukomola omutima, n'omutima gw'ezzadde lyo, okwagalanga MUKAMA Katonda wo n'omutima gwo gwonna, n'emmeeme yo yonna , olyoke obe omulamu . Era MUKAMA Katonda wo aliteeka ebikolimo ebyo byonna ku balabe bo, ne ku abo abaakukyawa, abaakuyigganyanga. Era olikomawo n'ogondera eddoboozi lya MUKAMA, n'okola ebiragiro byo byonna, bye nkulagira leero. (Ekyamateeka olw'okubiri 30:2-8).

Nga Katonda bwe yasuubiza abantu Be abalonde Isiraeri mu nyiriri zino, Yakung'anya abantu Be abaali basaasaanidde mu nsi yonna era n'abaleka okwezza ensi yaabwe mu myaka ng'enkumi bbiri, era n'abawanika waggulu ddala okusinga ensi zonna. Wabula wadde guli bwe gutyo, Isiraeri eremereddwa okutegeera okwagala kwa Katonda okw'amaanyi okuyita mu kukomererwa n'ekigendererwa Kye eky'ekitalo eky'okuteekateeka omuntu wabula bakyagoberera ebikolwa by'okugondera amateeka n'obulombolombo bwa bakadde.

Katonda kwagala abagaliza era abalindiridde okuleka okukkiriza kwabwe okukyamye era bakyuke okufuuka abaana abatuufu mu bwangu nga bwe kisoboka. Ekisookera ddala, balina okuggulawo emitima gyabwe era ne bakkiriza Yesu eyasindikibwa Katonda ng'Omulokozi w'abantu bonna era bafune okusonyiyibwa kw'ebibi byabwe. Ekiddako, balina okutegeera ekigendererwa kya Katonda ekituufu eky'aweebwa okuyita mu mateeka era bafune okukkiriza okutuufu nga batambulira bulungi mu kigambo kya Katonda okuyita mu kukomola emitima basobole okutuuka ku bulokozi obutuukiridde.

Nsaba n'omutima gwange gwonna nti Isiraeri ejja kuzzaawo ekifaananyi kya Katonda ekyabula okuyita mu kukkiriza okusanyusa Katonda era bafuuke abaana Be abatuufu basobole okweyagalira mu mikisa Katonda gye yasuubiza era babeere mu kitiibwa ky'omu ggulu ery'olubeerera.

Akasolya ek'etooloovu, ak'omuzikiti ogusangibwa mu kibuga ekitukuvu ekyabula ekya Yerusaalemi

Essuula 4

Tunula era Owulirize!

Ng'Ekiseera ky'Ensi Okuggwaawo Kinaatera

Baibuli etunyonyola bulungi entandikwa y'ebyafaayo by'omuntu n'enkomerero. Okumala enkumi z'emyaka ezitali nnyingi ezakayitawo, Katonda atubuulidde okuyita mu Baibuli ku byafaayo Bye eby'okuteekateeka abantu. Ebyafaayo byatandika n'omusajja eyasooka ku nsi, Adamu, era bijja kutuuka ku nkomerero n'okudda kwa Mukama okw'omulundi ogw'okubiri mu bbanga. Ku ssaawa ya Katonda ey'ebyafaayo by'okuteekateeka abantu, ziri ssaawa mmeka kati era wabula ennaku ne ssaawa mmeka essaawa okukoona akalimi kaayo mu biseera ebisembayo eby'okuteekateeka omuntu? Kati katwekenenye ku ngeri Katonda kwagala bwateeseteese okwagala kwe okw'okukulembera Isiraeri eri ekkubo ery'obulokozi.

Okutuukirira kw'Obunnabbi bwa Baibuli mu Lugendo Lw'Ebyafaayo by'Omuntu

Waliwo obunnabbi bungi mu Baibuli, era bwonna bye bigambo bya Katonda Omuyinza wa byonna Omutonzi. Nga bwe kyayogera mu Isaaya 55:11, "Bwe kityo bwe kinaabanga ekigambo kyange ekiva mu kamwa kange; tekiridda gye ndi nga kyereere, naye kirikola ekyo kye njagala, era kiriraba omukisa mu ekyo kye nnakitumirira.," Kwe kugamba nti waliwo ekigambo kya Katonda eky'akatuukirizibwako, era nga buli kigambo kijja kutuukirizibwa. Ebyafaayo bya Isiraeri ddala bikakasa nti obunnabbi mu Baibuli bujja kutuukirizibwa awatali nsobi yonna. Ebyafaayo bya Isiraeri bibaddewo nga obunnabbi obwawandiikibwa mu Baibuli bwe bugamba: emyaka gya Isiraeri 400 gye baali mu busibe mu Misiri n'Okutambula; okuyingira kwabwe ensi ya Kanani eyali ekulukuta n'amata n'omubisi; obwakabaka bwabwe okwawulwamu ebiri – Isiraeri ne Yuda n'okwonooneka kwazo; Obuwambe bw'omu Babirooni; okudda kwa Isiraeri eka; okuzaalibwa kw'Omununuzi, okukomolebwa kw'Omununuzi; okugwa n'okusaasaana kwa Israeri eri amawanga gonna n'okuddawo kwa Isiraeri ng'eggwanga ery'etengeredde era ery'etwala.

Ebyafaayo by'abantu bifugibwa Katonda Omuyinza wa Byonna, era buli lwatuukiriza ekintu ekikulu, Abeera Yakigambako dda abasajja ba Katonda nti kijja kubaawo (Amosi 3:7). Katonda yagambirawo Nuuwa, omusajja eyali omutuukirivu era nga talina kamogo konna mu kiseera kye, nti Amataba ag'amaanyi gaali gajja kwonoona ensi yonna. Yagamba Ibulayimu nga ebibuga bya Sodoma ne Gomora bwe byali eby'okuzikirizibwa era n'aganya Nnabbi Danyeri n'omutme Yokaana okumanya ekyali kijja okubaawo ku nkomerero y'ensi.

Obunnabbi obusinga obungi obwawandiikibwa mu Baibuli butuukiriziddwa, era obunnabbi obunaatera okutuukirizibwa kwe kujja kwa Mukama okw'Omulundi ogw'Okubiri n'ebyo ebitonotono ebijja okukugoberera.

Obubonero bw'Enkomerero y'Ebiro

Leero ne bwe tunyonyola nti tuli mu biro eby'enkomerero, abantu bangi tebagala ku kikkiriza. Wabula mu kifo ky'okukikkiriza, balowooza nti abo abogera ku nkomerero y'ensi ba ngeri era ne bagezaako obutabawuliriza. Balowooza nti enjuva ejja kuvaayo era egwe, abantu bajja kuzaalibwa era bafe era okukulaakulana kujja kweyongera nga bwe kibadde okuva emabega. Baibuli kino kye wandiika ku nkomerero y'ensi, "Nga mumaze okusooka okutegeera kino, nga mu nnaku ez'oluvanyuma abasekerezi balijja n'okusekerera, nga batambula okugobereranga okwegomba kwabwe bo, ne boogera nti Okusuubiza kw'okujja kwe kuli luuyi wa? Kubanga, bajjajja ffe kasookedde beebaka, byonna bibeera bwe bityo nga byabanga okuva ku kutondebwa.'" (2 Peetero 3:3-4).

Buli omuntu lwazaalibwa, wabeerawo ekiseera kye eky'okufa. Mu ngeri y'emu, nga bwe byalina entandikwa, ebyafaayo by'omuntu n'abyo birina okubaako n'enkomerero. Ekiseera Katonda kye yateekawo bwe kirituuka, ebintu byonna mu nsi muno bijja kubaako n'enkomerero.

Era mu biro ebyo Mikayiri aliyimirira, omulangira omukulu ayimiriririra abaana b'abantu bo: era waliba ekiseera eky'okunakuwaliramu, ekitabangawo kasooka wabaawo egggwanga okutuusa ku biro ebyo: era mu biro ebyo abantu bo baliwonyezebwa, buli alirabika nga yawandiikibwa mu kitabo. Era bangi ku abo abeebaka mu nfuufu ey'oku nsi balizuukuka, abamu eri obulamu obutaggwaawo, n'abamu eri ensonyi n'okunyoomebwa okutaggwaawo. N'abo abalina amagezi balyakaayakana ng'okumasamasa okw'omu bbanga: n'abo abakyusa abangi eri obutuukirivu ng'emmunyeenye emirembe n'emirembe. Naye ggwe, Danyeri, bikka ku bigambo osse akabonero ku kitabo, okutuusa ekiseera eky'enkomerero: bangi abalidding'ana embiro, n'okumanya kulyeyongera. (Danyeri 12:1-4).

Okuyita mu Nnabbi Danyeri, Katonda y'awa obunnabbi ku ekyo ekinaabeerawo mu biro eby'oluvanyuma. Abantu abamu bagamba nti obunnabbi obwayita mu Danyeri bwatuukirizibwa dda mu byafaayo ebyayita. Naye obunnabbi buno bujja kutuukirizibwa mu bujjuvu mu kiseera ekisembayo eky'ebyafaayo by'abantu, era nga bukwatagana bulungi n'obubonero obw'ebiro eby'oluvanyuma eby'ensi ebyawandiikibwa mu Ndagaano Empya.

Obunnabbi bwa Danyeri buno bukwata ku kudda kwa Mukama okw'Omulundi ogw'okubiri. Olunyiriri 1 wagamba, "Era waliba ekiseera eky'okunakuwaliramu, ekitabangawo kasooka wabaawo egggwanga okutuusa ku biro ebyo: era mu biro ebyo abantu bo baliwonyezebwa, buli alirabika nga yawandiikibwa mu kitabo," lutunyonyola ku Myaka Omusanvu egy'okubonaabona okw'Amaanyi okujja okubaawo ku nkomerero y'ensi n'obulokozi obw'oluvanyuma.

Ekitundu eky'okubiri eky'olunyiriri 4, wagamba, "Bangi abalidding'ana embiro, n'okumanya kulyeyongera," wanyonyola ku bulamu obwa bulijjo abantu bwe batambuliramu olwaleero. Mu kumaliriza, obunnabbi bwa Danyeri buno tebwogera ku kugwa kwa Isiraeri okwabaawo mu myaka gye 70 nga kristo amaze okuzaalibwa. Naye ku bubonero obw'ebiro eby'oluvanyuma.

Yesu yabuulira abayigirizwa Be ku bubonero obw'ebiro eby'oluvanyuma mu bujjuvu. Mu Matayo 24, Yagamba nti, "Muliwulira entalo n'ettutumu ly'entalo: Eggwanga liritabaala eggwanga ne kabaka alitabaala kabaka: walibaawo enjala n'ebikankano mu bifo ebitali bimu. Ne bannabbi bangi ab'obulimba balijja, balikyamya bangi. Kubanga obujeemu buliyinga obungi, okwagala kw'abasinga obungi kuliwola."

Leero embeera mu nsi eri etya? Tuwulira amawulire ag'entalo n'ettutumu ly'entalo n'obutujju nga byeyongedde buli lukya. Amawanga galwanagana n'obwakabaka bukubagana. Waliwo enjala nnyingi ne musisi. Waliwo ebigwa bitalaze ebirala bingi, n'ebikankano ebiva ku mbeera y'obudde etali nnungi. Era, obujeemu bweyongedde mu nsi yonna, ebibi n'obubi byeyongedde mu nsi yonna, era okwagala kw'abantu kuwoze.

Kye kimu n'ekyawandiikibwa mu bbaluwa ey'okubiri eya Timoseewo.

Naye tegeera kino nga mu nnaku ez'oluvanyuma ebiro eby'okulaba ennaku birijja. Kubanga abantu baliba nga beeyagala bokka, abaagala ebintu, abeenyumiriza, ab'amalala, abavumi, abatagondera bazadde baabwe, abateebaza, abatali batukuvu, abatayagala ba luganda, abatatabagana, abawaayiriza, abateegendereza, abakambwe, abakakanyavu, abeegulumiza, abaagala essanyu okusinga Katonda nga balina ekifaananyi ky'okutya Katonda, naye nga beegaana amaanyi gaakwo: era nabo obakubangga amabega (2 Timoseewo 3:1-5).

Ennaku zino abantu tebagala bintu birungi, naye baagala sente n'amasanyu. Beenoonyeza byabwe era bakola ebibi ebitagambika omuli okutta n'okusanyaawo ebintu bya banaabwe n'omuliro awatali kye bawulira. Ebintu bino bibeerawo nnyo n'ebintu ebirala bingi bigenda mu maaso abantu batuuse n'okuguba mu mitima okubeera nti tebikyewuunyisa abantu abasinga obungi. Okulaba ebintu bino byonna nga bigenda mu maaso, tetusobola kukiwakanya nti olugendo lw'ebyafaayo by'omuntu ddala lunaatera okutuuka ku nkomerero.

N'ebyafaayo by'aba Isiraeri bitubbirako ku bubonero bw'okudda kwa Mukama okw'Omulundi ogw'okubiri n'enkomerero y'ensi.

Matayo 24:32-33 wagamba, "Era muyigire ku mutiini olugero lwagwo: ettabi lyagwo bwe ligejja, amalagala ne gatojjera, mutegeere ng'omwaka guli kumpi; bwe mutyo nammwe, bwe mulaba ebigambo ebyo byonna mutegeere nti ali kumpi, ku luggi.."
"Omuti omutiini" wano baba b'ogera ku Isiraeri. Omuti gufaanana ng'ogufudde mu butiti kyokka ebbugumu bwe lijja, guddamu okuba omulamu era n'amalagala gaagwo gaddamu ne gatojjera. Mu ngeri y'emu, engeri Isiraeri gye yakubibwa n'eyonoonebwa mu kyasa kye 70 nga Yesu amaze okuzaalibwa, Isiraeri yalinga eyasaanirwo ddala okumala emyaka nga nkumi bbiri naye mu kiseera Katonda weyayagalira bwe kyatuuka, ne balangirira obwetwaze bwabwe era eggwanga lya Isiraeri ne lirangirirwa mu mu butongole mwezi ogw'okutaano 14, 1948.

Ekisinga obukulu kwe kuba nti obwetwaze bwa Isiraeri bulaga nti Okudda kwa Yesu Kristo okw'Omulundi ogw'okubiri kuli kumpi. N'olwekyo, Isiraeri erina okutegeera nti Omununuzi, oyo gwe bakyalindirira, yajja ku nsi era n'afuuka Omulokozi w'abantu bonna emyaka 2,000 egiyise, era bajjukira nti Omulokozi Yesu ajja kujja ku nsi ng'omulamuzi lwonna lwalijja.

Olwo kiki ekinaatutuukako ffe abaliwo mu biro eby'oluvanyuma okusinziira ku bunnabbi bwa Baibuli?

Okudda kwa Mukama mu Bbanga n'okukwakkulibwa

Emyaka ng'enkumi bbiri egiyise Yesu yakomererwa n'azuukira ku lunaku olw'okusatu bwatyo n'amenyamenya amaanyi g'okufa, era oluvanyuma n'atwalibwa mu ggulu era abantu bangi abaaliwo baalaba ng'atwalibwa waggulu.

Abantu b'e Ggaliraaya kiki ekibayimiriza nga mutunuulira mu ggulu? Oyo Yesu abaggiddwako okutwalibwa mu ggulu alijja bw'atyo nga bwe mumulabye ng'agenda mu ggulu (Ebikolwa by'abatume 1:11).

Mukama Yesu yaggulawo enzigi ez'obulokozi bw'abantu okuyita mu kukomererwa Kwe n'okuzuukira, era olwajira n'atwalibwa mu ggulu era atudde ku mukono ogwa ddyo ogwa namulondo ya Katonda era ategeka ebifo eby'okubeeramu mu ggulu eby'abo ababadde abalokole. Era ebyafaayo by'abantu bwe birituuka ku nkomerero, Ajja kukomawo nate okututwala. Okudda Kwe mu Bbanga okw'omulundi ogw'okubiri kunyonyolwa bulungi mu 1 Basessaloniika 4:16-17.

Kubanga Mukama waffe yennyini alikka okuva mu ggulu n'okwogerera waggulu n'eddoboozi lya malayika omukulu n'ekkondeere lya Katonda; n'abo abafiira mu Kristo be balisooka okuzuukira: naffe abalamu abaasigalawo ne tulyoka tutwalibwa wamu nabo mu bire okusisinkana Mukama waffe ennaku zonna.

Endabika eyo nga ya kitiibwa nga Mukama akka okuva mu bire eby'ekitiibwa ng'awerekeddwako bamalayika abatabalika n'eggye ery'omu ggulu! Abo ababadde abalokole bajja kwambala emibiri egy'emyoyo egitavunda era basisinkane Mukama mu bbanga, era bajagulize wamu mu Mbaga ey'Obugole ey'Emyaka omusanvu ne Mukama Omugole waffe omusajja ow'olubeerera.

Abo ababadde abalokole bajja kutwalibwa mu bbanga era basisinkane Mukama, nga kino kiyitibwa "Okukwakkulibwa." Obwakabaka bw'omu bbanga kitegeeza ekitundu ku ggulu ery'okubiri Katonda kye yategeka awanaabeera Embaga ey'Obugole ey'emyaka Omusanvu.

Katonda yayawula mu nsi ey'omwoyo amabanga ag'enjawulo, era erimu ku go ly'eggulu ery'okubiri. Eggulu ery'okubiri n'alyo lyawuddwamu ebifo bibiri – Adeni kwe kugamba ensi ey'ekitangaala n'ensi ey'ekizikiza. Mu kitundu ky'ensi ey'ekitangaala waliwo ekifo eky'enjawulo ekitegekeddwa okubeeramu Embaga ey'Obugole ey'okumala emyaka Omusanvu.

Abantu abeetegesa n'okukkiriza okutuuka ku bulokozi mu nsi eno ejjudde ebibi, bajja kutwalibwa waggulu mu bbanga ng'abagole ba Mukama, era basisinkane Mukama era beetabe ku Mbaga ey'Obugole ey'okumala Emyaka Omusanvu.

Tusanyuke, tujaguze, tumuwe ekitiibwa ye: kubanga obugole bw'Omwana gw'endiga butuuse, ne mukazi we yeeteeseteese. N'aweebwa okwambala bafuta eno bye bikolwa eby'obutuukirivu eby'abatukuvu. N'ang'amba nti, Wandiika nti, Baweereddwa omukisa abayitibwa ku mbaga ey'obugole obw'Omwana gw'endiga.'" N'angamba nti Ebyo bye bigambo eby'amazima ebya

Katonda' (Okubikkulirwa 19:7-9).

Abo abanaatwalibwa waggulu mu bbanga bajja kubudaabudibwa olw'okuwangula ensi n'okukkiriza nga bali ku Mbaga ey'Obugole ne Mukama, bo abo abanaaba tebatwaliddwa bajja kubonaabona ebitagambika ng'emyoyo emibi eginaaba gisindikiddwa ku nsi gye gibabonyaabonya nga Mukama amaze okukomawo mu bbanga omulundi ogw'okubiri.

Emyaka Omusanvu egy'Okubonaabona okw'Amaanyi

Ng'abo abalokoleddwa beeyagalira mu Myaka Omusanvu egy'Embaga ey'Obugole mu bbanga era nga baloota ku by'eggulu erijjudde essanyu era eritaggwayo, okubonaabona okusingayo obubi okutalabikangako mu byafaayo by'omuntu kujja kujjula ensi yonna era ebintu ebitiisa bijja kubaawo.

Olwo Emyaka Omusanvu egy'Okubonaabona okw'amaanyi ginaatandika gitya? Olw'okuba Mukama waffe ajja kuba akomyewo mu bbanga ng'abantu bangi batwaliddwa omulundi gumu, abo abanaasigala ku nsi bajja kutya nnyo olw'okubulawo kw'abantu baabwe, ab'omu maka gaabwe n'emikwano amangu, bajja kuba batambulatambula nga bwe babanoonya buli wamu.

Tewajja kuyita kaseera kanene bategeere okukwakkula abakristaayo kwe baayogerako nti ddala kubaddewo. Bajja kutya nnyo nga balowooza ku Myaka Omusanvu egy'Okubonaabona okw'amaanyi okunaatera okutandika. Kijja kubayitiriirako beerarikirire nnyo era babeere mu kutya. Era baduleeva b'ennyonyi, emmeeri, eggaali z'omuka, emmotoka n'ebidduka ebirala bingi bwe banaatwalibwa mu ggulu, obubenje bungi nnyo n'omuliro bijja kutuukawo, ebizimbe bigwe, era ensi yonna ejja kuccankalana.

Mu kiseera kino omuntu ajja kujja era aleete emirembe n'okukakkana mu nsi. Ajja kuba omukulembeze w'Ekibiina ekigatta amawanga ga Bulaaya. Ajja kugatta amaanyi g'ebyobufuzi, eby'enfuna, ebitongole by'amaggye byonna wamu, n'amaanyi agagatiddwa, ajja kusobola okutebenkeza ensi yonna era aleetewo emirembe n'obutebenkevu mu bantu. Eyo yensonga lwaki abantu bangi bajja kujjaguza ng'alabiseeko eri ensi. Bangi bajja kumwaniriza n'essanyu, bamuwagire n'omutima gumu era bamuyambeko n'okwagala .

Oyo ajja okukulemberamu Emyaka Omusanvu egy'okubonaabona okw'amaanyi, ajja kuba tawagira Kristo era gwe boogerako mu Baibuli, naye okumala akaseera ajja kulabika ng'omubaka ow'emirembe." Ddala akontana ne kristo ajja kuleeta emirembe n'enkola ennungi biseera ebisooka eby'Emyaka Omusanvu egy'okubonaabona okw'amaanyi. Ekyo kya naakozesa okuleeta emirembe mu nsi ke kabonero k'ekisodde, aka '666' akogerwako mu Baibuli.

N'ewaliriza bonna, abato n'abakulu, n'abagagga n'abaavu, n'ab'eddembe n'abaddu okuweebwa enkovu ku mukono gwabwe ogwa ddyo oba ku byenyi byabwe: era omuntu yenna aleme okuyinza okugula newakubadde okutunda, wabula oyo amaze okuteekebwako akabonero, erinnya ly'ensolo oba omuwendo gw'erinnya lyayo. Awo we wali amagezi. Alina okutegeera abalirire omuwendo gw'ensolo; kubanga gwe muwendo gw'omuntu

: n'omuwendo gwayo Lukaaga mu nkaaga mu mukaaga. (Okubikkulirwa 13:16-18).

Akabonero k'Ekisodde ke kaki ?

Ekisodde baba bategeeza ekyuma kikalimagezi. Ekitongole omwegatira amawanga g'ebulaaya (EU) kijja kuteekawo ebibiina byakyo nga bakozesa ebyuma bikalimagezi. N'ebyuma bikalimagezi bino ebya EU buli muntu ajja kuweebwa ennamba ku mukono gwe ogwa ddyo oba ku kyenyi. Enkovu eno ke kabonero k'ekisodde. Buli kyonna ekikwata ku buli muntu ssekinnoomu bijja kuteekebwa mu nnamba eyo, era ennamba eyo ejja kwokyebwa ku mubiri gw'omuntu. Ne nnamba eno ey'okeddwa ku mubiri gw'omuntu, ebyuma bikalimagezi ebya EU bijja kuba bisobola okumutambulirako, n'okumulondoola wonna wali mu bujjuvu na buli kimu kyakola.

Zi kaadi eziriwo ennaku zino ne densite oba zi ndaga muntu zijja kugibwaawo waddewo ennamba zino ez'ekisodde, "666." Olwo, abantu bajja kuba tebakyetaaga kubeera na sente oba kyeke. Bajja kuba tebakyetaaga kwerariikirira kufiirwa bintu byabwe oba okubbibwa sente zaabwe. Ensonga eno ey'amaanyi y'ejja okuleetera ennamba y'ekisodde eya "666" okubuna wonna mu kiseera ekitono, era awatali nnamba eno, omuntu ajja kuba nga tasobola kutegeerebwa bimukwatako, kyokka tasobola kutunda wadde okugula ekintu kyonna.

Ku ntandikwa y'Emyaka Omusanvu egy'okubonaabona okw'amaanyi abantu bajja kufuna ennamba y'ekisodde, naye tebajja kukakibwa kugifuna. Bajja kuweebwa amagezi okugifuna okutuusa ng'ekitongole kya EU kinywezeddwa bulungi. Kasita ekitundu ekisooka eky'Emyaka Omusanvu egy'okubonaabona okw'amaanyi kiggwako bwe kiti nga ekitongole kinywezeddwa, EU ejja kukaka buli muntu yenna okufuna ennamba era tejja kusonyiwa abo abanaagaana okugikkiriza. N'olwekyo, EU ejja kusiba abantu okuyita mu nnamba eyo ey'ekisodde era babakulembere nga bwe baagala.

Ku nkomerero abantu abasinga abanaasigala mu biseera by'Emyaka Omusanvu egy'okubonaabona okw'amaanyi bajja kubeera wansi w'obufuzi bw'abo abakontana ne Kristo era gavumenti y'ekisodde. Olw'okuba abo abakontana ne Kristo bajja kuba bafugibwa omulabe Setaani, EU ejja kuleetera abantu okuwakanya Katonda era ebakulembere eri ekkubo ly'omubi Setaani, eri obutali butuukirivu, ebibi n'okuzikirira.

Wabula ky'olina okumanya, abantu abamu tebajja kukkiriza bufuzi bw'abo abakontana ne Kristo. B'ebo abaali bakkiririza mu Kristo naye ne balemwa okutwalibwa mu ggulu Mukama bwe Yadda Omulundi ogw'Okubiri kubanga tebaalina kukkiriza kutuufu.

Abamu ku bo baali bakkiririzaako mu Mukama era ne batambulira wansi w'ekisa kya Katonda, naye oluvanyuma ne bafiirwa ekisa ekyo era ne baddayo mu nsi, ate abalala baayatula okukkiriza kwabwe mu Kristo era ne bagendanga ku kanisa naye nga batambulira mu masanyu ga nsi kubanga baalemwa okufuna okukkiriza okw'omwoyo. Waliwo abalala abajja okuba nga baakaddamu okukkiririza mu Mukama Yesu buto nga n'aba Yudaaya abamu bazuukuse okuva mu ttulo twabwe otw'omwoyo okuyita mu kukkwakkula.

Bwe baliraba ng'oku kwakkula kubeereddewo ddala, bajja kutegeera nti ebigambo byonna eby'omu Ndagaana Empya n'Enkadde byali bituufu, era bajja kulaajaana nga bwe bakuba ettaka. Bajja kugwirwa entiisa ey'amaanyi, beenenye olw'obutatambula nga Katonda bwayagala, era bagezeeko okunoonya engeri gye bayinza okufunamu obulokozi.

Ne malayika omulala ow'okusatu nabagoberera, ng'ayogera n'eddoboozi ddene nti Omuntu yenna bw'asinza ensolo n'ekifaananyi ky'oyo, era bw'akkiriza enkovu ku kyenyi kye, oba ku mukono gwe, oyo naye alinywa ku mwenge ogw'obusungu bwa Katonda, ogufukibwa ogutatabulwamu mazzi mu kikompe eky'obusungu bwe; era alibonyaabonyezebwa mu muliro n'ekibiriiti mu maaso ga bamayika abatukuvu ne mu maaso g'Omwana gw'endiga: n'omukka ogw'okubonyaabonyezebwa kwabwe gunyooka emirembe n'emirembe; so tebalina kuwummula emisana n'ekiro abasinza ensolo n'ekifaananyi kyayo, na buli akkiriza enkovu y'erinnya lyayo. Awo we wali okugumiikiriza kw'abatukuvu, abakwata ebiragiragiro bya Katonda n'okukkiriza kwa Yesu (Okubikkulirwa 14:9-12).

Omuntu yenna bw'afuna akabonero k'ekisodde, aba akakiddwa okugondera awakanya kristo oyo akontana ne Katonda. Eyo yensonga lwaki Baibuli ekkaatiriza nti buli oyo yenna aweebwa enkovu y'ekisodde tasobola kufuna bulokozi. Mu biseera by'okubonaabona okw'amaanyi abo abaliba bamanyi amazima gano bajja kufuba obutafuna kabonero ka kisodde okulaga obukakafu nti balina okukkiriza.

Enfaanana y'oyo awakanya kristo ejja kweraga bulungi. Ajja

kutwala abo abanaawakanya enkola ze ne bagaana ennamba ng'abantu abatasaana mu bantu banaabwe era abayigganye okuva mu bantu olw'ensonga nti b'onoona eddembe ly'abantu. Era, ajja kubakaka okwegaaana Yesu Kristo era abateekeko akabonero k'ekisodde. Bwe bagaana, okuyigganyizibwa okw'amaanyi ennyo n'okufa kwabwe ng'abajjulizi kwe kujja okudirira.

Obulokozi obw'Okufa ng'Omujulizi olw'Obutafuna Kabonero ka Kisodde

Okubonaabona kw'abo abatakkiriza kufuna nnamba ya kisodde mu biseera by'Emyaka Omusanvu eby'Okubonaabona okw'Amaanyi tekugambika. Embonyabonya ya ttima nnyo nti tebasobola kugigumira, n'olwekyo wajja kubaawo batono ddala abagigumira era ne bafuna omukisa ogusembayo ogw'obulokozi bwabwe. Abamu ku bo bajja kugamba, "si vva ku kukkiririza mu Mukama. Nkyamukkiririzaamu okuva mu mutima gwange. Ebibonerezo binsuseeko nti nneegaanyi Mukama mu kamwa bumwa kokka. Katonda ajja kuntegeera era andokole" bakkirize okufuna akabonero k'ekisodde. Naye tabasobola kuweebwa bulokozi.

Emyaka si mingi egiyise bwe nnali nsaba, Katonda yandaga mu kwolesebwa abo abamu ku banaaba basigadde mu biseera by'Okubonaabona okw'Amaanyi abajja okugaana ennamba y'ekisodde babonyaabonyezebwe. Ddala kyali kya ntiisa! Abaali bababonyaabonya babasusumbulako olususu, ne babamenyamenya ennyingo zonna ez'omubiri gwabwe ne gufuuka obutundutundu, ne babasalako engalo, obugere, emikono n'amagulu era ne babayiwa ku mibiri buto ayokya.

Ssematalo ow'Okubiri bwe yali agenda mu maaso, okusanjaga abantu okwentiisa n'okubabonyaabonya byabaawo era baagezesanga enkola za sayansi ku bantu bennyini abalamu mu kifo ky'emmese. Embonyabonya eyaliwo ebiseera ebyo teyinza kugeraageranyizibwa kw'eyo ejja okubeera mu kiseera eky'Emyaka Omusanvu egy'okubonaabona okw'amaanyi. Oluvanyuma lw'okukwakkula, abo abawakanya kristo nga bajja kuba bumu n'omulabe Setaani bajja kufuga ensi nga tebalina kisa wadde okusaasira eri omuntu yenna.

Omulabe Setaani n'amaanyi g'abawakanya Kristo bajja kusendasenda abantu okwegaana Yesu basobole okubwatala eri ggeyeena. Bajja kubonyaabonya abakkiriza, naye tebajja kubattirawo, nga bakozesa obukoddyo obw'ekikugu obw'engeri z'okubonyaabonyaamu abantu ez'ettima. Buli ngeri ya kubonyaabonya yonna n'ebyuma ebibonyaabonya eby'ekika ekya waggulu ebikozesebwa okukaabya abantu bijja kuleetera abakkiriza okutya okungi ennyo n'obulumi. Wabula okubonyaabonya okubi ennyo kujja kugenda mu maaso.

Abo ababonyaabonyezeddwa bajja kuba baagala bafe mangu, naye tebasobola kwesalirawo ddi lwe banaafa kuba akontana ne kristo tasobola kumala ga batta kyokka nga bakimanyi bulungi nti okwetta tekusobola kubatwala mu bulokozi.

Mu kwolesebwa Katonda kwe yandaga abantu abasinga obungi tebaasobola kugumira bulumi buno ne bakkiriza akontana ne Kristo. Okumala akaseera abamu ku bo baalabika nga bagumidde obulumi, naye bwe baalaba abaana baabwe oba bazadde baabwe be baagala ennyo nga babonyabonyezebwa mu ngeri y'emu eby'okuguma ne babivaako, ne beewaayo eri akontana kristo era ne bafuna akabonero k'ekisodde.

Mw'abo abaliba babonyaabonyezebwa, abalina emitima emyesimbu era egy'amazima bajja kuwangula ebibonerezo ebyo ebikakali n'ebikemo eby'amaanyi eby'akontana ne kristo, era bafe ng'abajjulizi. N'olwekyo, abo abakuuma okukkiriza kwabwe okuyita mu kuttibwa ng'abajulizi mu biseera by'Okubonaabona okw'Amaanyi basobola okwenyigira mu bulokozi buno obutali bwangu.

Ekkubo ery'Obulokozi Okusobola Okuwona Okubonyaabonyezebwa Okujja

Ssematalo ow'Okubiri bwe yabalukawo, Abayudaaya, abaali babaddewo mu mirembe mu nsi y'e Bugirimaani, tebaamanya nti ekitta bantu abali eyo mu bukadde 6 kyali kibalindiridde. Tewali n'omu yamanya wadde okutegeererawo nti Abagirimaani abaali babawadde emirembe n'obutenkevu baali bayinza okwekyusiza mu kiti ng'embazi amangu ddala ne bafuuka eggye erijjudde ekko.

Mu kiseera ekyo, nga temanyi kyali kigenda kubaawo, Abayudaaya baali tebalina bwogerero era nga tebalina kye bayinza kukola okwewala okubonaabona okw'amaanyi. Katonda ayagala abantu Be abalonde beewale emiranga eginaatera okubaawo. Yensonga lwaki Katonda yawandiika ku nkomerero y'ensi mu bujjuvu mu Baibuli era n'aganya abasajja ba Katonda okulabula Isiraeri ku kubonaabona okw'amaanyi okunaatera okubaawo n'okubazuukusa.

Ekisinga obukulu eri Isiraeri kwe kumanya nti ebibonoobono mu myaka Omusanvu egy'okubonaabona tebisobola kwewalika, era mu kifo ky'okubidduka, Isiraeri ejja kukwatibwa wakati mu kubonaabona okw'amaanyi. Mbagaliza mmwe okutegeera nti okubonaabona kuno kuli kumpi kubaawo era kujja ku kujjira ng'omubbi bw'obeera teweetegese. Olina okuzuukuka okuva mu ttulo otw'omwoyo bw'oba ow'okuwona ebibonoobono bino ebitagambika.

Kati kye kiseera Isiraeri okuzuukuka! Balina okwenenya nti Omununuzi tebaamutegeera, n'okukkiriza Yesu Kristo ng'Omulokozi w'abantu bonna, era bafune okukkiriza okutuufu okwo Katonda kwayagala babeere n'akwo bakwakkulibwe mu ssanyu Mukama bw'anadda mu bbanga.

Mbakubiriza okujjukira nti akontana ne kristo ajja gyoli ng'omubaka ow'emirembe nga Bugirimaani bwe yakola nga Ssematalo ow'Okubiri tannaba. Ajja kugaba emirembe n'okubudaabuda, naye mu bwangu ddala nga tekisuubirwa, akontana ne kristo ajja kufuuka eggye ery'amaanyi mu kiseera kino, era ajja kuleeta okubonaabona n'ebibonoobono by'otasobola nakulowoozaako.

Obugere Ekkumi

Baibuli erina ebyawandiikibwa eby'obunnabbi bingi ku ebyo ebijja okubaawo gye bujja. Bwe tutunuulira obunnabbi obw'awandiikibwa mu bitabo by'abannabbi ab'amaanyi mu Ndagaano Enkadde bye bulanga si ku biseera eby'omu maaso ebya Isiraeri yokka wabula n'ebiseera eby'omu maaso eby'ensi yonna. Olowooza ensonga eri ki? Abantu ba Katonda abalonde Isiraeri babadde, bali era baliba wakati mu byafaayo by'abantu.

Ekibumbe eky'amaanyi Ekyawandiikibwa mu Bunnabbi bwa Danyeri

Ekitabo kya Danyeri obunnabbi obukirimu tebukwata ku biseera eby'omu maaso ebya Isiraeri yokka, wabula n'ensi ky'eriba efuuse mu biseera eby'oluvanyuma nga bukwatagana n'enkomerero y'eggwanga lya Isiraeri. Mu kitabo kya Danyeri 2:31-33, Danyeri bwe yabuulira Kabaka Nebukadduneeza amakulu g'ebirooto bye olw'okwolesebwa kwa Katonda, era amakulu gaabyo bwali bunnabbi obw'ebyo ebiribaawo ku nkomerero y'ensi.

Ggwe, ai kabaka, watunula, era, laba, ekifaananyi ekinene. Ekifaananyi ekyo, eky'amaanyi, ekyamasamasa ennyo nnyini ne kiyimirira mu maaso go: n'engeri yaakyo ya ntiisa. Ekifaananyi ekyo, omutwe gwakyo zaabu nnungi, ekifuba kyakyo n'emikono gyakyo bya ffeeza, olubuto lwakyo n'ebisambi byakyo bya kikomo, amagulu gaakyo ga kyuma, ebigeere byakyo ekitundu kya kyuma, n'ekitundu kya bbumba. (Danyeri 2:31-33).

Olwo bunnabbi ki obukwata ku mbeera y'ensi mu nnaku ez'oluvanyuma obuli nnyiriri zino?

"Ekifaananyi ekinene ennyo" ekyo Kabaka Nebukadduneeza kye yalaba mu kirooto si kirala wabula Ekibiina ekigatta amawanga ga bulaaya (EU). Leero ensi efugibwa ebibiina bibiri – Amawanga ga Amerika amagatte ne Ekibiina ekigatta amawanga ga Bulaaya. Kituufu ensi nga Russia ne China tebisobola kubuusibwa maaso. Naye, Amawanga ga Amerika Amagatte ne Ekibiina ekigatta amawanga ga Bulaaya bijja kuba nga bye bisinga amaanyi mu nsi yonna mu kisaawe ky'ebyenfuna n'eggye ery'amaanyi.

Weetwogerera, Ekibiina Ekigatta amawanga ga Bulaaya kiringa ekinafuyeemu, naye kijja kwongera okugaziyizibwa. Leero kino tewali akiwakanya. Okutuusa kati Ekibiina Ekigatta Amawanga ga Amerika Amagatte (USA) ly'eggwanga eribadde likyasinga amaanyi mu nsi yonna, naye mpola mpola EU ejja kuba eboggola okusinga USA.

Emyaka si mingi nnyo egiyise, tewali n'omu yali ayinza kulowooza nti ensi za Bulaaya zaali zisobola okuddamu okwegatta mu nkola y'emu eya gavumenti. Kituufu, ensi za Bulaaya ziteesezza ku kibiina ekizigatta okumala ekiseera kiwanvu, naye tewali n'omu yali akakasa nti kino kiyinza ddala okwangula ensonga z'ekitiibwa ky'ensi, olulimi, sente n'emisanvu emirala mingi ezibadde nga zivaayo buli bwe wabaddewo obwetaavu bw'okuteekawo ekibiina ekimu ekibagatta.

Wabula, okuntandika n'emyako gye kinaana nga giggwako, abakulembeze b'ensi ze Bulaaya baatandika okwongera amaanyi mu kwogera ku nsonga eno olw'okuba waaliwo obwerariikirivu mu by'ensimbi. Mu biseera by'obukubagano n'obunkeenke bw'entalo obwaliwo mu myaka gya 1945 okutuuka ku 1990 ensi ez'amaanyi okusobola okusigala waggulu mu nsi beesigamanga ku ggye okuba ery'amaanyi, naye okukubagana bwe kweyongera, amaanyi gaava ku ggye okuba ery'amaanyi ne gadda ku maanyi mu by'enfuna.

Okwetegekera kino amawanga ga Bulaaya babadde bagezaako okwegatta era ekivuddemu, bafuuse kimu mu byenfuna. Kati, ekintu kimu ekisigadde okukolebwa bwe bumu mu by'obufuzi, nga baleeta ensi wamu nga gavumenti erina enkola emu, era embeera etandiise okuwagira kino.

"Ekifaananyi ekinene. Ekifaananyi ekyo, eky'amaanyi, ekyamasamasa ennyo nnyini," ekyo Danyeri mu 2:31 kyayogerako, bunnabbi obw'ogera ku kukula n'emirimu gy'Ekibiina Ekigatta amawanga g'Ebulaaya. Butubuulira ku maanyi Ekibiina ekigatta Amawanga ga Bulaaya ge kinaaba n'ago.

EU Ejja Kufuna Amaanyi Mangi

EU eneesobola etya okufuna amaanyi amangi? Danyeri 2:32 n'okweyongerayo watuwa okuddamu nga wanyonyola ku ngeri omutwe gw'ekifaananyi, ekifuba , emikono, olubuto, ebisambi, amagulu n'ebigere bwe byakula.

Okusookera ddala, Olunyiriri 32 lugamba, "Ekifaananyi ekyo, omutwe gwakyo zaabu ennungi." Buno bunnabbi obutegeeza nti EU ejja kweyongerako mu by'enfuna era ebeere nga yeefuga mu byenfuna ng'eyita mu kuweza obugagga. Nga bwe kyogeddwa mu bunnabbi obwo, EU ejja kuganyulwa era ekole amagoba mangi okuyita mu kugatta kw'ebyenfuna.

Ekiddako, olunyiriri lwe lumu lugamba, "ekifuba kyakyo n'emikono gyakyo bya ffeeza." Kino kiraga nti EU ajja kuba ng'erabika ngeri bumu mu nkola z'ebintu, mu by'obuwanga ne mu by'obufuzi. Omukulembze omu atwala wonna bwanaalondebwa okukulembera EU, ejja kufuna obumu mu by'obufuzi ku ngulu, era yonna ebeere bumu mu mbeera yonna omuli n'eby'obuwanga ne neeyisa. Wabula mu nkula ey'obumu obutatuukiridde bulungi, buli nsi ejja kwenoonyeza eby'enfuna ebyayo.

Ekirala, bugamba nti, " olubuto lwakyo n'ebisambi byakyo bya kikomo." Kino kitegeeza nti EU ejja kufuna obumu mu by'amaggye. Buli nsi ya EU eyagala ekulaakulane mu by'enfuna. Obumu mu by'amaggye bujja kuba bukulu nnyo okusobola okutuuka ku kuganyulwa mu by'enfuna, nga kino kye kirubirirwa ekisingirayo ddala. Okusobola okwegatta ku kuwamba amaanyi okufuga ensi yonna okuyita mu kukulaakulana mu by'enfuna, tewajja kuba kya kukola kirala okujjako okwegatta mu mbeera z'abantu, mu by'obuwangwa, mu by'obufuzi, ne mu maggye.

Ekisembayo, bugamba, "amagulu gaakyo ga kyuma ." Wano buba bwogera ku musingi omulala omugumu ogunaanyweza n'okuwagira EU gujja kuba gwa kuyita mu bumu obw'eddiini . nga yakatandika, EU ejja kugamba nti Obukatuliki y'eddiini y'eggwanga lyakyo. Obukatuliki bujja kuganja n'okubuna wonna era efuuke enkola ey'okuwagira n'okunyweza EU.

Amakulu Ag'Omwoyo ag'Obugere Ekkumi

EU bwe neefuna obumu n'ensi zonna mu by'enfuna, eby'obufuzi, mu nneeyisa, mu by'obuwangwa, amaggye, n'eddiini, ejja kusooka ewembejje obumu buno, naye mpola mpola, bajja kutandika okulaba obubonero obutakwatagana n'okukyuka.

Mu ntandikwa ya EU, ensi ez'egattira mu mukago guno ogwa EU zijja kubeera bumu kubanga zijja kuba ziyambagana buli emu okuba ng'eganyulwa mu byenfuna. Naye, ekiseera bwe kinaagenda kiyitawo wajja kubaawo endowooza ez'enjawulo mu nneeyisa z'abantu, mu by'obuwangwa, eby'obufuzi n'obutakwatagana mu go. Awo obubonero obw'okweyawula butandike okweyoleka. Era ekinaavaamu, obukuubagano mu by'eddiini bujja kutandika okubaawo mu lwatu – obukuubagano wakati w'Obukatuliki n'obukristaayo.

Danyeri 2:33 wagamba, "...ebigeere byakyo ekitundu kya kyuma, n'ekitundu kya bbumba." Kino kitegeeza nti obumu ku bugere ekkumi bwa kyuma, ate obulala bwa bbumba. Obugere ekkumi tebutegeeza "ensi ekkumi ez'egattira mu mukago gwa EU." Buno butegeeza "Ensi Ettaano ezikkiririza mu Bukatuliki n'ensi endala Ettaano ezikiririza mu Bukristaayo."

Nga ebbumba ne kyuma bwe bitasobola kutabulwa wamu n'okugattibwa, ensi ezisingamu Obukatuliki n'ezo ezisinga Obukristaayo tezisobola kubeerera ddala bumu, kwe kugamba, ezo ezifuga, n'ezo ezifugibwa tebyegata.

Ng'obubonero obw'obutakwatagana mu EU bugenda bweyongera, bajja kuwulira obwetaavu bw'okwongera okuleeta awamu amawanga mu ddiini, era Obukatuliki bwongera okuba n'amaanyi mu bifo ebirala.

N'olwekyo, olw'emiganyulo mu byenfuna, Omukago mu mawanga g'e Bulaaya gujja kutondebwaawo mu nnaku ezisembayo, era gufubutukeyo n'amaanyi mangi. Oluvanyuma EU ejja kufuula Obukatuliki nti y'eddiini yakyo era obumu bwa EU bujja kweyongera, era ekinaavaamu EU ejja kufuuka ng'ekifaananyi.

Ebifaananyi by'ebintu ebisinzibwa era abantu bye bawa ekitiibwa. Kwe kugamba, EU ejja kukulembera ensi n'amaanyi amangi, era efuge ensi yonna ng'ekifaananyi eky'amaanyi.

Ssematalo ow'Okusatu N'omukago Omwegatira Amawanga ga Bulaaya (EU)

Nga bwe kyogeddwa waggulu, Mukama waffe bwanaakomawo nate mu bbanga ku nkomerero y'ensi, abakkiriza abatabalika bajja kusitulibwa mu bbanga omulundi gumu, era okuccankalana okw'ekitalo kujja kugwiira ensi. Kyokka EU ejja kufuuka yamanyi ebeere n'obuyinza okufuga ensi yonna mu linnya ly'okuleeta emirembe n'obutebenkevu mu nsi yonna mu kiseera ekimpi, wabula oluvanyuma EU ejja kuwakanya Mukama era ekulembere mu Myaka Omusanvu egy'Okubonaabona.

Oluvanyuma, ensi ez'egattira mu mukago gwa EU zijja kwawukana buli emu ejja kuba n'ebyayo bye yeenoonyeza. Kino kijja kubaawo wakati w'emyaka Omusanvu egy'Okubonaabona okw'Amaanyi. Entandikwa y'emyaka gino Omusanvu egy'Okubonaabona Okw'amaanyi, nga bwe kyayogerebwa mu bunnabbi mu Ssuula eye 12 mu kitabo kya Danyeri, ebijja okubaawo bijjja kutuukawo nga bikwatagana n'engeri ebyafaayo bya Isiraeri gye bibadde bitambulamu n'ebyafaayo by'ensi yonna.

Nga Emyaka Omusanvu egy'Okubonaabona ginaatera okutandika, EU ejja genda yeeyongera amaanyi n'obuyinza. Bajja kulonda omukulembeze w'omukago omu. Kijja kubaawo ng'abo abakirizza Yesu Kristo ng'Omulokozi waabwe era ne bafuna obuyinza okufuuka abaana ba Katonda nga b'akakyusibwa ne batwalibwa mu ggulu nga Mukama akomyewo omulundi ogw'okubiri mu bbanga.

Abayudaaya bangi abatakkirizza Yesu ng'Omulokozi waabwe bajja kusigala ku nsi baboneebonere mu Myaka Omusanvu egy'Okubonaabona okw'Amaanyi. Ennaku n'entiisa ebinaaba mu Myaka Omusanvu egy'Okubonaabona okw'Amaanyi tegisoboka kunyonyolwa na bigambo. Ensi ejja kujjula ebintu ebisinga okunakuwaza omuntu omuli entalo, okutta, obutemu, enjala, endwadde, n'ebigwa bitaleze ebissuka ku kintu kyonna ekyali kibaddewo mu byafaayo by'omuntu.

Entandikwa y'Emyaka Omusanvu egy'Okubonaabona okw'Amaanyi ejja kulabibwa mu Isiraeri nga wabaluseewo olutalo wakati wa Isiraeri ne nsi eziri mu Massekati g'ebuvanjuba w'ensi. Obunkeeke obuyitiridde bubaddewo wakati wa Isiraeri n'ensi z'omu massekati ga Buvanjuba n'ezo ezirinaanyeewo era obukuubagano tebuggwanga. Gye bujja eyo, obukuubagano buno ate bujja kweyongera. Olutalo olw'amaanyi lujja kubalukawo kubanga ensi ez'amaanyi zijja kuyingira mu nsonga z'amafuta. Bajja kuyombagana okusobola okufuna ekitiibwa ekya waggulu n'ekifo mu nsonga z'ensi yonna.

Amerika ng'eno emanyiddwa nti bulijjo ewagira Isiraeri ejja

kuwagira Isiraeri. EU, China, ne Russia, nga gano tegaagala Amerika, gajja kwegatta n'ezo ensi z'omu makati ga Buvanjuba, era awo Ssematalo ow'Okusatu atandike wakati w'enjuyi zombi.

Ssematalo ow'Okusatu lujja kuba lwanjawulo ddala ku Ssematalo ow'okubiri mu kuba zzissa byalo. Mu kiseera kya Ssematalo ow'Okubiri abantu abasoba mu bukadde 50 battibwa oba baafa olw'olutalo. Kati nga waliwo eby'okulwanyisa eby'omulembe omuli ne bbomu ez'omukka ogw'obuttwa, n'eby'okulwanyisa eby'omulembe n'ebirala bingi, olutalo luno terusobola kugeraageranyizibwa ku Ssematalo ow'Okubiri, era ekinaava mu kubikozesa ddala tekijja kukkirizika.

Buli kika kya byakulwanyisa omuli bbomu ez'omukka ogw'obuttwa n'ebyuma ebirala eby'omulembe ebibadde bijja nga bigunjibwaawo bijja kukozesebwa awatali kusaasira kwonna, era okuzikiriza n'okusanjaga ebitagambika bye bijja okudirira. Ensi ezinaaba zisoomoozezza entalo zijja kuggwerawo ddala obutalekerwa kantu. Eyo si ye jja okuba enkomerero y'olutalo. Omukka ogwo ogw'obuttwa gujja kuvaako okwonoona obutonde bw'ensi, n'empewo essibwa. Era ekinaavaamu, ensi yonna n'ezo ensi ezitaaviirako lutalo zijja kubeera mu ggeyeena ku nsi.

Wakati awo, bajja kulekeraawo okukozesa eby'okulwanyisa eby'obutwa kubanga bwe binaasigala nga bikozesebwa, kijja kuteeka obulamu bw'abantu bonna mu katyabaga. Naye eby'okulwanyisa ebirala byonna n'eggye eddene ennyo kijja kwongerayo olutalo. Amerika, China, ne Russia tebajja kudda ngulu.

Ensi ezisinga mu nsi yonna zijja kubulako katono okuggwaawo, naye EU ejja kuwona okukosebwa ennyo. EU ejja kusuubiza China ne Russia obuwagizi, naye olutalo bwerutandika, EU teyeenyigira nnyo mu kubayamba ereme okukosebwa ennyo ng'abalala.

Ensi ezibadde zisinga amaanyi omuli ne Amerika bwe ziyonoonebwa ennyo era ne bafiirwa amaanyi mu ntalo ezitaggwa, EU ejja kusigala butengerera nga teri agigambako era efuge ensi yonna. Mu kusooka EU ejja kulaba bulabi ng'olutalo bwe lugenda ensi endala zonna nga z'onooneddwa mu byenfuna ne eggye lyazo, awo EU ejja kuyingiramu etandike okukakkanya entalo. Ensi endala zijja kuba tezirina kyakukola okujjako okugondera okusalawo kwa EU kubanga zijja kuba zifiiriddwa amaanyi gonna.

Okuva ku olwo, mu kitundu eky'okubiri eky'Emyaka Omusanvu egy'Okubonaabona okw'amaanyi kijja kutandika, era mu myaka egiddako esatu n'ekitundu, awakanya kristo, nga ye mukulembeze wa EU, ajja kufuga ensi yonna era agi kyuse. Era awakanya kristo ajja kubonyaabonya n'okuyigganya abo abanaamuwakanya.

Ekikula ky'Awakanya Kristo Kiviirayo ddala

Nga Ssematalo ow'okusatu yakatandika ensi eziwerako zijja kuba zifiiriddwa nnyo ebintu mu lutalo era EU ejja kusuubiza okuziwagira mu by'enfuna okuyita mu China ne Russia. Isiraeri ejja kuba eweereddwayo nga ly'essira ery'aviiriddeko olutalo era mu kiseera kino EU ejja kusuubiza Isiraeri okugizimbira yeekaalu ya Katonda entukuvu gy'erudde ng'eyaayaanira. N'ekisuubizo kya EU kino ekikyamuukiriza, Isiraeri ejja kuloota ku kuzzaawo ekitiibwa kyayo eky'okweyagalira mu mikisa gya Katonda kye yayagala okuva edda. Era ekinaavaamu n'abo bajja kwegatta ku EU.

Olw'obuwagizi bwe eri Isireari, Omukulembeze wa EU ajja kutwalibwa ng'omulokozi w'Abayudaaya. Olutalo lwayo lw'ebadde na lwo n'ensi ez'omu Makati g'ebuvanjuba w'ensi yonna lujja kuba ng'olulekedde awo, era bajja kuzzaawo Ensi Entukuvu nate era bazimbe Yeekaalu ya Katonda entukuvu. Bajja kukkiriza nti Omununuzi era Kabaka waabwe, oyo gwe balindidde ebbanga eddene, amaze n'atuuka era n'azzaawo Isiraeri saako okubaweesa ekitiibwa.

Naye tewajja kuyita bbanga ddene, essuubi lyabwe n'essanyu bigwe mu ttaka. Yeekaalu ya Katonda entukuvu bweneddizibwaawo mu Yerusaalemi, wali ekintu ekitasuubirwa ekijja okugwaawo. Kino kiweereddwako obunnabbi okuyita mu Kitabo kya Danyeri.

Era aliragaana endagaano ennyweve n'abangi okumala ssabbiiti emu: ne mu kitundu ekya ssabbiiti alikomya ssaddaaka n'ekitone: ne ku kiwaawaatiro eky'eby'emizizo kulijjirako oyo alizisa: n'okutuusa byonna okutuukirizibwa, okwo kwe kwalagirwa, obusungu buliukibwa ku oyo azisa (Danyeri 9:27).

Era emikono giriyimirira ku luuyi lwe, era baligwagwawaza awatukuvu, kye kigo, era baliggyawo ekiweebwaayo ekyokebwa eky'ennaku zonna, baliyimiriza eky'omuzizo ekizikiriza (Danyeri 11:31).

Era kasooka ekiweebwayo ekyokebwa eky'ennaku zonna kiggibwawo, eky'omuzizo ekizikiriza ne kiyimirizibwa, walibaawo ennaku lukumi mu bibiri mu kyenda (Danyeri 12:11).

Ennyiriri zino essatu zonna zisonga ku kintu kimu ekyabaawo era kye zifaananya zonna. Kino kye kyabaawo mu biro eby'oluvanyuma, era Yesu yayogera ku biro eby'oluvanyuma ne mu lunyiriri luno.

Yayogera mu Matayo 24:15-16, "Kale bwe muliraba eky'omuzizo ekizikiriza, Danyeri nnabbi kye yayogerako, nga kiyimiridde mu kifo ekitukuvu,(asomamu ategeere),kale abali mu Buyudaaya baddukiranga ku nsozi."

Mu kusooka Abayudaaya bajja kukkiriza nti EU ezizzaawo yeekaalu ya Katonda entukuvu mu Nsi Entukuvu gye batwala ng'entukuvu, naye eky'omuzizo bwe kiriyimirira mu kifo ekitukuvu, bajja kutya era bategeere nti okukkiriza kwabwe bulijjo kubadde kuccaamu. Bajja kutegeera nti Yesu Kristo baamukyusiza amaaso kyokka nga Ye Mununuzi waabwe era Omulokozi w'abantu.

Eno yensonga yennyini nti Isiraeri erina okuzuukusibwa kati. Okujjako nga Isiraeri ezuukusiddwa kati, tebajja kusobola kutegeera kituufu mu kiseera ekituufu. Isiraeri amazima ejja kugategeera ng'ekiseera kiyise, n'olwekyo nga tekikyadda mabega.

N'olwekyo njagala nnyo gwe, Isiraeri, okuzuukusibwa muleme okugwa mu kikemo ky'awakanya kristo nga mufuna enkovu y'ekisodde. Bwe mulirimbibwa n'ebigambo ebiwoomu era eby'ekikemo eby'awakanya kristo ng'abasuubiza emirembe n'okukulaakulana ne mulyoka mukkiriza enkovu y'ekisodde, eya "666," munaaba mugudde mu kubbo lye mutasobola kuvaamu era ery'okufa okw'olubeerera.

Ekisinga okuba eky'ennaku kwe kuba nti Abayudaaya bajja kulabuka ng'enfaanana y'ekisodde entuufu emaze kweragira ddala bulungi, nga bwe kyayogerebwa mu bunnabbi bwa Danyeri, olwo Abayudaaya abasinga obungi lwe banaategeera nti essira ly'okukkiriza kwabwe bulijjo balitadde wakyamu. Okuyita mu kitabo kino, Mbagaliza mmwe okukkiriza Omununuzi eyasindikibwa Katonda edda era mwewale okugwa mu Myaka Omusanvu egy'Okubonaabona okw'Amaanyi.

N'olwekyo, nga bwe mbagambye waggulu, olina okukkiriza Yesu Kristo n'okufuna okukkiriza okutuufu mu maaso ga Katonda. Ye ngeri yokka ey'okuwona Emyaka Omusanvu egy'okubonaabona okw'Amaanyi.

Nga kyannaku ggwe okulemwa okutwalibwa mu ggulu era n'osigala emabega ku nsi nga Mukama Akomyewo Nate! Naye ekirungi ojja kufuna omukisa ogusembayo ogw'obulokozi bwo.

Mbegayiridde nnyo mukkirize Yesu Kristo mu bwangu ddala, musobole okubeera mu kussa ekimu n'ab'oluganda abalala mu Kristo. Naye ne kati okyalinayo obudde okuyiga eby'omu Baibuli era ekitabo kino kijja kukuyamba okumanya engeri gy'oyinza okukuuma okukkiriza kwo mu kubonaabona Okw'amaanyi okujja era ozuule ekkubo Katonda lyakutegekedde nga omukisa gwo ogusembayo ogw'obulokozi, n'okulungamizibwa eri ekkubo lyennyini.

Okwagala kwa Katonda okutayiwa

Katonda atuukiriza ekigendererwa Kye eky'okulokola abantu okuyita mu Yesu Kristo, era awatali kufa ku langi ya muntu oba ggwanga, buli akkiriza akkiriza Yesu Kristo ng'Omulokozi we, Katonda amufudde mwana We era n'amukkiriza ye okweyagalira mu bulamu obutaggwaawo.

Naye kiki ekituuse ku Isiraeri n'abantu baayo? Bangi ku bo tebannakkiriza Yesu Kristo era bali wala ne kkubo ery'obulokozi. Nga kya nnaku nnyo nti bajja kulemererwa okutegeera ekkubo ery'obulokozi okuyita mu Yesu Kristo okutuuka nga Mukama akomyewo omulundi ogw'okubiri mu bbanga era abaana ba Katonda abalokole balyoke bagibwe ku nsi batwalibwe mu bbanga!

Olwo kiki ekinaatuuka ku balonde ba Katonda Isiraeri? Banagibwa mu baana ba Katonda abalokole abalondeddwamu? Katonda kwagala alina enteekateeka Ye amakula eri abaana ba Isiraeri mu kiseera ekisembayo eky'okuteekateeka abantu.

Katonda si muntu, okulimba; So si mwana wa muntu, okwejjusa" Ayogedde, n'okukola talikikola" oba agambye, n'okutuusa tali kituusa? (Okubala 23:19)

Nteekateeka ki endala Katonda gyategekedde Isiraeri mu biro eby'oluvanyuma? Katonda ategese engeri "ey'okulokolebwa okw'ekiswavu" okw'abalonde Be Isiraeri basobole okuyingira obulokozi nga bakitegedde nti Yesu gwe baakomerera ye Mununuzi yennyini abadde abalindiridde okumala ekiseera ekiwanvu ennyo n'okwenenyeza ddala ebibi byabwe mu maaso ga Katonda.

Obulokole obw'ekiswavu

Emyaka Omusanvu egy'Okubonaabona okw'Amaanyi nga gigenda mu maaso, olw'okuba bajja kuba balabye abantu bangi nga basitulibwa okugenda mu ggulu era ne bategeera ekituufu, abantu abamu ku banaasigala ku nsi bajja kukkiriza mu mitima gyabwe nti ddala eggulu ne ggeyeena gye biri, Katonda mulamu, nti era Yesu Kristo ye Mulokozi. Era, bajja kugezaako obutafuna nkovu ey'ekisodde. Oluvanyuma lw'Okukwakkula, bajja kukyusibwa mu bo bennyini, basome ekigambo kya Katonda ekiri mu Baibuli, bakung'aane wamu era basinze mu kusaba era bagezeeko okutambulira mu kigambo kya Katonda.

Ku ntandikwa y'Emyaka Omusanvu egy'Okubonaabona okw'Amaanyi abantu bangi bajja kuba basobola okutambulira mu bulamu obw'eddiini n'okubuulira abalala enjiri kubanga tewajja kubeera kuyigganya kutegeke. Tebajja kufuna kabonero ka kisodde kubanga bakimanyi nti awo bajja kuba tebasobola kufuna bulokozi, era bajja kugezaako nga bwe basobola okutambulira mu bulamu obugwaana okufuna obulokozi wadde nga bali mu Myaka Omusanvu egy'Okubonaabona okw'Amaanyi. Naye kijja kubabeerera kizibu okukuuma okukkiriza kwabwe kubanga Omwoyo Omutukuvu ajja kuba takyaliko ku nsi.

Bangi ku bo bajja kukaaba nnyo kubanga bajja kubeera nga tebalina kubakulembera mu kusaba okusinza n'okwongera okukuza okukkiriza kwabwe. Bajja kuba balina okukuuma okukkiriza kwabwe awatali bukuumi n'amaanyi ga Katonda. Bajja kulaajana kubanga bajja kuba bejjusa olw'obutagoberera kusomesebwa kw'ekigambo kya Katonda wadde baweebwanga amagezi okukkiriza Yesu Kristo n'okutambulira mu bulamu obw'okukkiriza. Balina okukuuma okukkiriza kwabwe mu buli kigezo kyonna n'okuyigganyizibwa mu nsi eno mwe bajja okusangira obuzibu okufuna ekigambo kya Katonda ekituufu.

Abamu ku bo bajja kwekweka ewala ddala mu nsozi obutafuna kabonero ka kisodde, aka '666.' Bajja kuba balina okunoonya emirandira gy'emiti n'ebimera n'okutta ensolo okusobola okufuna eky'okulya kubanga tebasobola kugula wadde okutunda ekintu kyonna okufuna emmere nga tebalina nkovu ya kisodde. Naye mu kitundu eky'okubiri eky'okubonaabona okw'Amaanyi, okumala emyaka essatu n'ekitundu, eggye ly'awakanya kristo lijja kuyiggira ddala abakkiriza. Ne bwe baneekweka ewala watya mu nsozi gye banaaba beekukumye, bajja kusangibwa era batwalibwe eggye.

Gavumenti y'ekisodde ejja kukwata abo abatannafuna kabonero oba ennamba y'ekisodde era ebawalirize okwegaana Mukama era bafune enkovu okuyita mu kubonyaabonyezebwa okw'ettima ennyo. Era ku nkomerero ya byonna bangi ku bo bajja kwewaayo nga tebalina kyakukola okujjako okufuna enkovu olw'obulumi obuyitiridde n'entiisa gye bayisibwaamu.

Eggye lijja kubawanika waggulu ku bisenge nga bali bwereere batandike okubafumitafumita n'obuuma obusongovu ennyo. Bajja kubasusumbulako ensusu zonna okuva ku mutwe okutuuka ku kigere. Bajja kubonyaabonya abaana baabwe mu maaso gaabwe. Embonyaabonya y'abamaggye bano nzibu nnyo nti kijja kuba kizibu bo okufa ng'abajjulizi.

Eyo yensonga lwaki abo abatono abaliba bawangudde okubonyaabonyezebwa okwo olw'obugumu bwabwe obususe ku bw'omuntu era ne bafa ng'abajjulizi bajja kusobola okufuna obulokozi era batuuke mu ggulu. N'olwekyo, abantu abamu bajja kulokolebwa olw'okukuuma okukkiriza kwabwe nga tebalidde mu Mukama lukwe n'okuwaayo obulamu bwabwe mu kufa ng'abajjulizi wansi w'obufuzi bwawakanya kristo mu kiseera eky'okubonaabona okw'Amaanyi. Era buno buyitibwa "Obulokozi obw'ekiswavu."

Katonda alina eby'ama eby'ebuziba by'ategekedde obulokozi obw'ekiswavu obw'abalonde ba Katonda Isiraeri. Be bajjulizi ababiri, n'ekifo, Petra.

Endabika n'Obuweereza bw'Abajulizi Ababiri

Okubikkulirwa 11:3 wagamba, "Nange ndibawa abajulirwa bange babiri, era baliragulira ennaku lukumi mu bibiri mu nkaaga, nga bambadde ebibukutu." Abajulirwa babiri be bantu bennyini Katonda bataddewo mu Nteekateeka Ye ng'ebiro tebinnabaawo okulokola abantu Be abalonde, Isiraeri. Bajja kubuulira Abayudaaya mu Isiraeri nti Yesu Kristo ye Mununuzi yekka gwe baayogerako mu bunnabbi mu Ndagaano Enkadde.

Katonda ayogedde nange ku Bajjulirwa bano Ababiri. Yanyinyonyola ku bibakwatako nti si beebakadde abali awo, batambulira mu butuukirivu, era balina emitima emyesimbu. Yansobozesa okumanya ebimu, ku omu ku bo byagamba Katonda. Ebigambo bye bigamba nti, akiririzza mu Buyudaaya, naye yawulira nti abantu bangi bakkiririza mu Yesu Kristo Omulokozi era nga bamwogerako. N'olwekyo, asaba eri Katonda amuyambe okwawula ekituufu era eky'amazima, ng'agamba,

"Ai, Katonda!

Kiki kino ekinsumbuwa mu mutima?
Nzikkiriza nti ebintu byonna bituufu
bye mpulidde okuva ku bazadde bange ne bye boogedde
okuva nga ndi muto,
naye bino ebinsumbuwa n'ebibuuzo mu mutima gwange biki ye?

Abantu bangi boogedde ku Mununuzi.

Naye singa omuntu asobola okundaga
n'eddoboozi n'obukakafu obwenkukunala
nti ddala kituufu okubakkiririzaamu
oba okukkiriza ebyo byokka bye nzizze
mpulira okuva nga ndi muto,
Nja kuba musanyufu era nja kwebaza nnyo.

Naye sirina kye ndaba,
N'okugoberera ebyo abantu bye boogerako,
Nnina okutwala ebintu byonna ng'ebitalina
makulu era eby'ekisiru
ebyo bye nzize nkuuma okuva nga ndi muto.
Ddala ekituufu kye kiri wa mu maaso Go?

Kitange Katonda!
B'woba nga bwoyagala,
ndaga omuntu
ansobozesa okutegeera buli kimu.
K'ajje gye ndi ansomese
ekyo ekituufu era eky'amazima.

Nga ntunula waggulu mu bbanga,
Nnina ekinsumbuwa mu mutima gwange,
era bwe wabaawo asobola okugonjoola ekizibu kino,
nkwegayiridde ndaga omuntu oyo.

Siyinza kulya mu mutima gwange lukwe ebintu
byonna bye nzizze nzikkiriza,
era bwe ndowooza ku bino byonna,
bwe wabaawo omuntu yenna asobola
okunsomesa oba okundaga,
singa asobola okundaga nti kye kituufu,
tekijja kuba ebintu byonna mbiriddemu olukwe
ebyo by'enjize n'okulaba.

N'olwekyo, Kitange Katonda!
Nkwegayiridde kindage.

Mpa okutegeera ku bintu bino.

Nneerariikiridde olw'ebintu bingi.
Nzikiriza nti ebintu byonna bye mpulidde
okutuusa leero nti bituufu.

Naye gye nkoma okubirowoozaako olutatadde,
Nnina ebibuuzo bingi, era ennyonta yange tennamalibwaawo;
Lwaki kiri bwe kityo?

N'olwekyo, okujjako nga nsobola okulaba ebintu bino
n'embeera nga nsobola okubikakasa;

okujjako nga nkakasizza nti si kulya lukwe
mu ngeri ze nzizze ntmbuliramu okutuusa kati;
okujjako nga ndabye amazima g'ennyini;
okujjako nga ntegedde ebintu byonna
bye mbadde ndowoozaako,
olwo njakusobola okufuna eddembe."

Abajulirwa babiri, nga Bayudaaya, banoonya munda muli amazima agatuukiridde, era Katonda ajja kubaddamu era abaasindikire omusajja wa Katonda. Okuyita mu musajja wa Katonda bajja kutegeera ekigendererwa kya katonda eky'okuteekateeka abantu era bakkirize Yesu Kristo. Bajja kusigala ku nsi mu kiseera eky'Emyaka Omusanvu egy'Okubonaabona okw'Amaanyi era bakole obuweereza bw'okwenenya n'obulokozi bwa Isiraeri. Bajja kufuna amaanyi ga Katnda ag'enjawulo bajulire Yesu Kristo eri Isiraeri.

Bajja kuvaayo nga batukuvu mu maaso ga Katonda, era bakole obuweereza bwabwe emyezi 42 nga bwe kyawandiikibwa mu Kubikkulirwa 11:2. Ensonga lwaki Abajulirwa Ababiri bava mu Isiraeri lwakuba entandikwa ne n'enkomerero y'enjiri ye Isiraeri. Paulo Omutume ye yabunyisa enjiri mu nsi yonna, era n'era enjiri bwe neetuuka mu Isiraeri, nga wano we yatandikira, olwo emirimu gye njiri gijja kubeera kikomekerezeddwa.

Yesu agamba mu Bikolwa 1:8, "naye muliweebwa amaanyi, Omwoyo Omutukuvu bw'alimala okujja ku mmwe, na mmwe munaabanga bajulirwa bange mu Yerusaalemi ne Buyudaaya bwonna ne mu Samaliya, n'okutuusa ku nkomerero y'ensi."
"N'okutuusa ku nkomerero y'ensi" wano babeera boogera ku Isiraeri

ng'eno we wanaasembera Enjiri.

Abajulirwa Ababiri bajja kubuulira enjiri y'obubaka bw'omusalaba eri Abayudaaya era babanyonyole ekkubo ery'obulokozi n'amaanyi ga Katonda ag'omuliro. Era bajja kukola eby'ewuunyo n'obubonero obw'eby'amagero obukakasa obubaka. Bajja kubeera n'obuyinza okusiba eggulu enkuba eremenga okutonya mu nnaku ez'okuwa obunnabbi: era bajja kubeera n'obuyinza ku mazzi okugafuula omusaayi, era n'okubonyaabonya ensi n'ebibonyoonyo byonna, emirundi emingi nga bwe baagala.

Okuyita mu kino Abayudaaya bangi bajja kudda eri Mukama, kyokka mu kiseera kye kimu abalala bajja kuva mu mbeera bagezeeko okutta Abajjulirwa Ababiri. Si Bayudaaya abo bokka, wabula n'abantu abalala bangi ababi okuva mu nsi ez'enjawulo nga n'abo bali wansi w'obufuzi bw'awakanya kristo bajja kubawalana nnyo era bagezeeko okubatta.

Enfa ey'Ekijulizi ey'Abajulirwa n'Okuzuukira

Amaanyi Abajulirwa Ababiri ge balina mangi nnyo nti tewali n'omu ajja kubakolako bulabe bwonna. Oluvanyuma obuyinza bw'ensi bujja kwenyigira mu ku batta. Naye ensonga lwaki Abajulirwa Ababiri bano battibwa olw'obuyinza bw'ensi, lwakuba kwagala kwa Katonda bo okuttibwa mu kiseera kyayagala. Ekifo we bajja okuttibwa kye kifo we baakomererera Yesu, era nga kitegeeza okuzuukira kwabwe.

Yesu bwe yakomererwa, Abasirikale Abaruumui baakuuma entaana Ye waleme okubaawo atwala omulambo. Naye Omubiri gwe tebaagulaba kubanga yali azuukidde. Abantu abannatta

Abajulirwa Ababiri kino bajja kukijjukira beerariikirire nti omuntu ayinza okutwala emirambo gyabwe. N'olwekyo, tebajja kukkiriza mirambo egyo kuziikibwa mu ntaana naye bateeke emirambo gino mu nguudo abantu bonna ab'oku nsi basobole okugiraba. Okulaba ku kino, abo abantu ababi abataasanyukira njiri Abajulirwa Ababiri gye baali babuulira bajja kusanyuka nnyo olw'okufa kwabwe.

Ensi yonna ejja kujjaganya era bayise ebivulu, bannamawulire bajja kutambuza amawulire g'okufa kwabwe eri ensi yonna okuyita ku bisowaani okumala ennaku ssatu n'ekitundu. Oluvanyuma lw'ennaku essatu n'ekitundu okuzuukira kw'ababiri bano kujja kubeerawo. Bajja kulamuka buto, batwalibwe mu ggulu mu kire eky'ekitiibwa nga Eliya bwe yatwalibwa mu ggulu mu mbuyaga ey'akazimu. Kuno ekulibaawo kujja kwanaamiriza abantu era kujja kulagibwa okuyita ku mikutu gy'amawulire gyonna mu nsi era abantu abatabalika bajja ku kyerabirako.

Era mu ssaawa eyo wajja kubaayo musisi ow'amaanyi, era kimu kya kkumi eky'ekibuga kijja kugwa, era abantu kasanvu bajja kuttibwa musisi. Okubikkulirwa 11:3-13 woogera ku kino mu bujjuvu.

Nange ndibawa abajulirwa bange babiri, era baliragulira ennaku lukumi mu bibiri mu nkaaga, nga bambadde ebibukutu. Abo gye mizeyituuni ebiri n'ettabaaza ebbiri eziyimirira mu maaso ga Mukama w'ensi. Era omuntu yenna bw'ayagala okubakola obubi, omuliro guva mu kamwa kaabwe, ne gwokya abalabe baabwe: era omuntu yenna bw'ayagala okubakola obubi, bwe kityo kigwana ye okuttibwa. Abo balina obuyinza okusiba eggulu enkuba eremenga okutonya mu nnaku ez'okutegeeza kwabwe: era balina obuyinza ku mazzi okugafuula omusaayi, era n'okubonyaabonya ensi n'ebibonyoonyo byonna, emirundi emingi nga bwe baagala. Era bwe baliba nga bamaze okutegeeza kwabwe, ensolo eva mu bunnya eribawangula, era eribatta. N'omulambo gwabwe guli mu luguudo lw'ekibuga ekinene, ekiyitibwa mu mwoyo Sodomu ne Misiri, era Mukama waabwe mwe yakomererwa. Era ab'omu bantu n'ebika n'ennimi n'amawanga baalabira omulambo gwabwe ennaku ssatu n'ekitundu ne bataganya mirambo gyabwe okuziikibwa mu ntaana. N'abo abatuula ku nsi balisanyuka ku lwabwe, ne bajaguza; era baliweerezanga ebirabo; kubanga bannabbi abo ababiri baabonyaabonya abatuula ku nsi. Oluvanyuma lw'ennaku ziri essatu n'ekitundu omwoyo gw'obulamu oguva eri Katonda ne guyingira mu bo, ne bayimirira ku bigere byabwe okutya okungi ne kugwa ku bo abaabalaba. Ne bawulira eddoboozi ddene eriva mu ggulu, nga libagamba nti Mulinnye okutuuka wano. Ne balinnya mu ggulu mu kire; n'aba labe baabwe ne babalaba. Ne mu ssaawa eri ne wabaawo ekikankano ekinene, n'ekitundu eky'ekkumi eky'ekibuga ne kigwa; ne battibwa abantu kasanvu mu kikankano: n'abo abaasigalawo ne bakwatibwa entiisa, ne bawa ekitiibwa Katonda ow'omu ggulu (Okubikkulirwa 11:3-13).

Ne bwe banaabeera bagumu okwenkana ki, bwe banaabeeramu n'obulungi waakiri obutono ennyo mu mitima gyabwe, bajja kutegeera nti musisi ow'amaanyi n'okuzuukira era n'okugenda mu ggulu okw'abajulirwa Ababiri ddala mirimu gya Katonda, era b'awe Katonda ekitiibwa. Era bajja kuwalirizibwa okutegeera nti Yesu yazuukizibwa amaanyi ga Katonda emyaka nga 2,000 egiyise. Wadde ebintu ebyo bijja kutuukawo, abantu ababi abamu tebajja kugulumiza Katonda.

Mbakubiriza mwenna okukkiriza okwagala kwa Katonda. okutuuka ku kiseera ekisembayo, Katonda ayagala nnyo okukulokola era ayagala gwe owulirize Abajulirwa Ababiri. Abajulirwa Ababiri bajja kuweera Katonda obujulizi n'amaanyi ga Katonda mangi agavudde ewa Katonda. Bajja kuzuukusa abantu bangi ku kwagala kwa Katonda n'okwagala kwe gye bali. Era bajja kukulung'amya gwe okutegeera omukisa ogusembayo ogw'obulokozi.

Nkusaba gwe obutayimirira kumpi n'abalabe abo aba Setaani abajja okukutwala eri ekkubo ery'okuzikirira, wabula owulirize Abajulirwa Ababiri era otuuke mu bulokozi.

Petra, Ekiddukiro ky'Abayudaaya

Ekyama ekirala Katonda kyategekedde abalonde Be, Isiraeri, ye Petra, ew'okubabudamya mu Myaka Omusanvu egy'Okubonaabona okw'Amaanyi. Isaaya 16:1-4 wanyonyola ku kifo kino ekiyitibwa Petra.

Muweereze abaana b'endiga b'oyo afuga ensi okuva e Seera eky'olekera eddungu okutuuka ku lusozi lwa muwala wa Sayuuni. Kubanga olulituuka ng'ennyonyi ezaabula ng'ekisu ekyasaasaana bwe batyo bwe baliba bawala ba Mowaabu ku misomoko gya Alunoni. Teesa ebigambo, mala omusango fuula ekisiikirize kyo okuba ng'ekiro wakati mu ttuntu; kweka abagobeddwa' tolyamu lukwe adaagana. Abange abagobeddwa batuule naawe; mowaabu, beera kiddukiro gy'ali mu maaso g'omunyazi: kubanga amukanga azikiridde, okunyaga kuwedde, abajoozi bakomye mu nsi.

Ensi ya Mowaabu babeera boogera ku nsi ya Yolodaani ekiri ebuvanjuba bwa Isiraeri. Petra kifo eky'edda ekisangibwa mu Bukiika ddyo bwa Yolodaani, nga kiri ku kaserengeto k'olusozi Hor wakati mu nsozi wano we wakola obuvanjuva ebbali wa Araba (Wadi Araba), kiwonvu ekinene ekiva ku nnyanja enfu okutuuka mu kasonda ka Aqaba. Petra kitera kutambulira wamu ne Seera nga nakyo kitegeeza ejjinja, nga kino kyogerwako mu Baibuli mu 2 Kings 14: 7 ne Isaaya 16:1.

Nga Mukama amaze okudda nate mu bbanga, Ajja kusisinkana abantu abalokole era beeyagalire mu Myaka Omusanvu egy'embaga ey'Obugole, era ajja kujja wano ku nsi n'abo bafugire wamu ensi mu kiseera kye Kyaasa. Emyaka omusanvu, okuva nga Mukama akomyweo Omulundi Ogw'Okubiri mu bbanga, okukwakkula okutuusa ku kujja Kwe wano ku nsi, Okubonaabona okw'Amaanyi kujja kubikka ensi, era mu myaka essatu n'ekitundu mu kitundu eky'okubiri eky'Okubonaabona okw'Amaanyi – okumala ennaku 1,260, abantu ba Isiraeri bajja kwekweka mu kifo ekitegekeddwa okusinziira ku Nteekateeka ya Katonda. Ekifo kino eky'okwekwekamu kye bayita Petra (Okubikkulirwa 12:6-14).

Olwo lwaki Abayudaaya banaaba beetaaga ekifo eky'okwekwekamu?

Katonda bwe yamala okulondawo abantu ba Isiraeri, Isiraeri erumbiddwa n'eyigganyizibwa amawanga g'abamawanga mangi. Ensonga eri nti omubi Setaani bulijjo awakanya Katonda era agezezzaako okulemesa Isiraeri okufuna emikisa okuva eri Katonda. Ekintu kye kimu kijja kubaawo ne mu biro eby'oluvannyuma. Abayudaaya bwe banaategeera nti Omununuzi waabwe era Omulokozi ye Yesu okuyita mu Myaka Omusanvu egy'Okubonaabona okw'Amaanyi, oyo eyajja ku nsi emyaka 2,000 egiyise, era bagezeeko okwenenya, omulabe setaani ajja kubayigganya okutuuka ku nkomerero okusobola okulemesa Abayudaaya okukuuma okukkiriza kwabwe.

Katonda, amanyi buli kimu, ategese ekifo abalonde Be Isiraeri kye baneekwekamu, ng'omwo mwajja okuyita okulaga okwagala Kwe gye bali era tajja kulekayo kwagala Kwe gye bali. Okusinziira ku kwagala kuno n'enteekateeka ya Katonda, Isiraeri bajja kuyingira Petra okudduka ku baagala okubazikiriza.

Nga Yesu bwe yayogera mu Matayo 24:16, "Kale abali mu Buyudaaya baddukiranga ku nsozi," Abayudaaya bajja kusobola okudduka ku kubonyaabonyezebwa okw'Emyaka Omusanvu egy'okubonaabona nga beekwese mu nsozi, era bajja kukuumirayo okukkiriza kwabwe basobole okutuuka mu bulokozi.

Malayika w'okufu bwe yazikiriza abaana ba Misiri bonna ababereberye, Abayudaaya baawenya ku banaabwe mangu mu kyama era ne bawona ekibonoobono ekyo nga bateeka omusaayi gw'endiga ku nzigi zaabwe.

Mu ngeri y'emu, Abayudaaya bajja kutemya ku baanaabwe mu bwangu gye bagenda, era boolekere ekifo ewookwekweka nga gavumenti y'awakanya kristo tennatandika kubakwata. Bajja kuba bamanyi ku kifo kino Petra kubanga ababuulizi b'enjiri bangi bawadde obujjilizi ku kifo kino eky'okwekwekamu, n'eri abo abatannaba kukkiriza, bajja kukyusa endowooza yaabwe banoonye ekifo ekyo eky'okubakweka.

Ekifo kino eky'okubakweka tekijja kusobola kukweka bantu bangi nnyo. Era, abantu bangi abanaaba beenenyeza okuyita mu Bajjulirwa ababiri bajja kulemererwa okwekweka e Petra era bakuume okukkiriza kwabwe mu biseera by'Okubonaabona okw'Amaanyi era bafe ng'abajjulizi.

Okwagala kwa Katonda okuyita mu Bajulirwa Ababiri ne Petra

Baganda bange ne bannyinaze abalungi, mufiiriddwa omukisa ogw'obulokozi okuyita mu kukwakkulibwa? Kati tolonzalonza genda e Petra, omukisa gwo ogusembayo ogw'obulokozi bwo oguweereddwa olw'ekisa kya Katonda. Ekiseera ekiddako ebibonoobono ebibi ennyo bigenda kujja olw'awakanya kristo. Mulina okwekweka e Petra nga oluggi olw'ekisa ekisembayo terunnaggalibwaawo olw'emivuyo gy'awakanya kristo ejagala okugootaanya enteekateeka eyo.

Kale bw'oba olemereddwa okufuna omukisa okuyingira Petra. Awo, engeri yokka gwe gy'oyinza okutuuka mu bulokozi era oyingire eggulu bwe buteegaana Mukama n'obutafuna nkovu ya "666." Olina okuwangula buli kika kya kubonyaabonya eky'ettima n'okufa ng'omujulizi. Si kyangu na kamu, naye olina okukikola okusobola okuwona okubonyaabonyezebwa okw'olubeerera mu nnyanja ey'omuliro.

Mbagaliza nnyo nnyini ddala mmwe obutava mu kkubo ery'obulokozi nga mujjukira okwagala kwa Katonda okutayiwa ekiseera kyonna n'okuwangula buli kimu n'obuvumu. Bw'oba ng'obonaabona n'okulwanagana na buli kika kya kikemo n'okuyigganyizibwa awakanya kristo byanaakuyisaamu, ffe baganda bo ne bannyoko mu kukkiriza tujja kusabira nnyo nnyni ddala obuwanguzi bwo.

Naye nga okuyaayaana kwaffe okutuufu ggwe okukkiriza Yesu Kristo nga bino byonna ebintu tebinnabaawo, era mutwalibwe mu ggulu wamu naffe era mwetabe ku Mbaga ey'Obugole nga Mukama waffe akomyewo nate. Tusaba n'emitima gyaffe gyonna n'amaziga ag'okwagala, Katonda ajjukire ebikolwa ebyokukkiriza eby'abajjajja mmwe n'endagaano ze yakola n'abo era abawe ekisa eky'amaanyi eky'obulokozi nate.

Mu kwagala Kwe okungi Katonda ategese Abajulirwa Ababiri n'ekifo Petra musobole okukkiriza Yesu Kristo ng'Omununuzi era Omulokozi era musobole okutuuka mu bulokozi. Okutuuka ku kiseera ekisembayo mu byafaayo by'omuntu nkukubiriza okujjukiranga okwagala kwa Katonda okutayiwa atalikulekereras.

Nga tannabasindikira Abajulirwa Ababiri mu kwetegekera Okubonaabona okw'Amaanyi okunaatera okubaawo, Katonda kwagala asindise omusajja wa Katonda era n'amuganya okubabuulira ekinaabaawo ku nkomerero y'ensi era abakulembere eri ekkubo ery'obulokozi. Katonda tayagala wadde omu ku mmwe okusigala wakati mu kubonaabona okw'Amaanyi okw'Emyaka Omusanvu. Wadde oli wakusigala ku nsi oluvanyuma lw'Okukwakkula, Ayagala otegeera era weenyweze ku bulokozi. Okwo kwe kwagala kwa Katonda.

Emyaka Omusanvu Egy'okubonaabona okw'Amaanyi tegigenda kulwa kutuuka. Mu kubonaabona okutabeerangawo mu byafaayo by'omuntu, Katonda waffe ajja kutuukiriza enteekateeka Ye gyoli Isiraeri ejjudde okwagala. Ebyafaayo by'okuteekateeka omuntu bijja kukomekerezebwa wamu n'okuggwa kw'ebyafaayo bya Isiraeri.

Katugambe Abayudaaya baali baakutegeera okwagala kwa Katonda okutuufu era ne bakkiririzaawo Yesu ng'Omulokozi waabwe. Awo, wadde ebyafaayo bya Isiraeri nga bwe byawandiikibwa mu Baibuli byandibadde bitereezebwa era ne biwandiikibwa buto, Katonda yandikikoze mu kwagala. Kiri bwe kityo lwakuba okwagala kwa Katonda eri Isiraeri kusukuluma ky'oyinza okulowoozaako.

Naye Abayudaaya bangi bagenze, bagenda era bajja kugenda mu kutambula nga bwe balaba okutuusa nga basisinkanye akaseera akakazigizigi. Katonda Omuyinza wa byonna oyo amanyi buli kimu ekiribaawo mu maaso eyo ataddewo omukisa ogusembayo ogw'obulokozi bwo era akulung'amya n'okwagala Kwe okutalemwa.

Laba, ndi batumira Eriya nnabbi olunaku olukulu olw'entiisa olwa MUKAMA nga terunnaba kutuuka. Era alikyusa omutima gwa bakitaabwe eri abaana, n'omutima gw'abaana eri bakitaabwe; nneme okujja ne nkuba ensi n'ekikolimo (Malaki 4:5-6).

Okwebaza n'ekitiibwa mbidiza Katonda oyo alung'amya eri ekkubo ery'obulokozi si eri abalonde Be, Isiraeri bokka, wabula n'eri abantu bonna abamawanga gonna n'okwagala Kwe okutaggwaawo.

Ebifa ku Muwandiisi:
Dr. Jaerock Lee

Dr. Jaerock Lee Yazaalibwa Muan, ekisangibwa mu ssaza lye Jeonnam, mu Nsi ye Korea, mu mwaka gwa 1943. Ng'ali mu myaka amakumi abiri, Dr. Lee yabonaabona n'endwadde nnyingi ez'olukonvuba okumala emyaka musanvu era ng'alinda bulinzi kufa awatali ssuubi lya kuwona. Wabula lumu mu biseera eby'omusana mu mwaka gwa 1974, yatwalibwa mwannyina mu kanisa era bwe yafukamira wansi okusaba, amangu ago Katonda Omulamu n'amuwonya endwadde ze zonna.

Okuva Dr. Lee bwe yasisinkana Katonda Omulamu okuyita mu ngeri ennungi bw'etyo, ayagadde Katonda n'omutima gwe gwonna era n'amazima, era mu mwaka gwa 1978 yayitibwa okuba omuweereza wa Katonda. Yasaba n'amaanyi ge gonna asobole okutegeera obulungi okwagala kwa Katonda, alyoke akutuukirize mu bujjuvu era agondere Ebigambo bya Katonda byonna. Mu 1982, yatandika ekanisa eyitibwa Manmin Central Church esangibwa mu kibuga Seoul, eky'omu nsi ye Korea, era eby'amagero bya Katonda ebitabalika, omuli okuwonya okw'ebyamagero bizze bibeerawo mu kanisa ye.

Mu 1986, Dr. Lee yatikkirwa ku mukolo Annual Assembly of Jesus ogwali mu Sungkyul Church of Korea, n'afuuka omusumba era oluvanyuma lw'emyaka ena mu mwaka gwa 1990, obubaka bwe bwatandika okuzanyibwa ku butambi mu nsi ya Australia, Russia,

Philippines, n'ensi endala nnyingi ku mikutu nga Far East Broadcasting Company, Asia Broadcast Station, ne Washington Christian Radio System.

Nga wayise emyaka essatu mu 1993, Manmin Central Church yalondebwa okuba "emu ku kanisa 50 ezikulembedde mu nsi yonna" nga bino byafulumizibwa aba Christian World magazine (ng'efulumira mu Amerika) era n'afuna ekitiibwa ky'obwa Dokita mu By'eddiini okuva mu ttendekero eriyitibwa Christian Faith College, eky'omu kibuga Florida, ekisangibwa mu Amerika, era mu 1996 yaweebwa eky'obwa ssabakenkufu mu ttendekero lye Kingsway Theological Seminary, eky'omu kibuga Iowa, mu Amerika.

Okuva omwaka gwa 1993, Dr. Lee akulembeddemu okutambuza enjiri mu nsi yonna okuyita mu kuluseedi ennyingi z'akubye emitala w'amayanja nga kuluseedi eyali e Tanzania, Argentina, L.A., Baltimore City, Hawaii, ne New York City eky'omu Amerika, Uganda, Japan, Pakistan, Kenya, Philippines, Honduras, India, Russia, Germany, Peru, Democratic Republic of the Congo, ne Israel. Mu 2002 empapula ez'amaanyi mu Korea z'amuyitanga "omusumba ow'ensi yonna" olw'emirimu gye mu nsi ez'enjawulo gye yakubanga Kuluseedi ennene ennyo.

Weguweredde omwezi ogw'omwenda omwaka gwa 2010, Manmin Central Church ebadde eweza ba memba abassuka mu 100,000. So nga erina amatabi g'ekanisa amalala 9,000 agali mu Korea n'emu nsi endala, era n'aba minsani 132 beebakasindikibwa mu nsi 23, omuli ne Amerika, Russia, Germany, Canada, Japan, China, France, India, Kenya, n'endala nnyingi.

Ekitabo kino w'ekifulumidde, Dr. Lee abadde awandiise ebitabo ebirala 60, omuli ebisinze okutunda nga Okuloza ku Bulamu Obutaggwaawo nga si n'afa, Obulamu Bwange, Okukkiriza Kwanga I & II, Obubaka Bw'omusalaba,
Ekigera Okukkiriza, Eggulu I & II, Ggeyeena, ne Amaanyi ga Katonda. Ebitabo bye bikyusiddwa okudda mu nnimi ezissuka mu 44 .

Waliwo obubaka bwe obuwandiikibwa mu miko gye mpapula z'amawulire ng'olwa The Hankook Ilbo, The JoongAng Daily, The Dong-A Ilbo, The Munhwa Ilbo, The Seoul Shinmun, The Kyunghyang Shinmun, The Hankyoreh Shinmun, The Korea Economic Daily, The Korea Herald, The Shisa News, ne The Christian Press.

Dr. Lee kati akola ng'omukulembeze w'ebitongole by'obu misani bingi saako ebibiina: nga ye Sentebe wa, The United Holiness Church of Jesus Christ; Ye Pulezidenti wa, Manmin World Mission; Permanent President, The World Christianity Revival Mission Association; Ye yatandika, Manmin Ttivvi; Ye yatandika era ali ku bboodi ya, Global Christian Network (GCN); Mutandisi era ye Ssentebe wa Bboodi ya, World Christian Doctors Network (WCDN); era ye yatandika era ye sentebe wa Bboodi ya, Manmin International Seminary (MIS).

Ebitabo ebirala Eby'amaanyi eby'omuwandiisi y'omu

Eggulu I & II

Ekifaananyi ekiraga ekifo ekirungi ennyo abatuuze b'omu ggulu mwe babeera n'ennyinyonyola ennungi ey'emitendera egy'enjawulo egy'obwakabaka obw'omu ggulu

Obulamu Bwange, Okukkiriza Kwange I & II

Evvumbe ery'omwoyo erisingayo obulungi erigiddwa mu bulamu obwameruka n'okwagala kwa Katonda okutatuukika, wakati mu mayengo g'ekizikiza, n'enjegere ezinyogoga saako obulumi obutagambika

Okuloza ku Bulamu Obutaggwaawo nga si n'afa

Obujjulizi bwa Dr. Jaerock Lee, eyazaalibwa omulundi ogw'okubiri era n'alokolebwa okuva mu kiwonvu eky'ekisiikirize eky'okufa era abadde atambulira mu bulamu bw'ekikristaayo obw'okulabirako

Ekigera Okukkiriza

Kifo kya kika ki eky'okubeeramu, engule n'empeera ebikutegekeddwa mu ggulu? Ekitabo kino kikuwa amagezi n'okukulung'amya okusobola okupima okukkiriza kwo osobole okuluubirira okukkiriza okusingayo obukulu.

Ggeyeena

Obubaka obw'amazima eri abantu bonna okuva eri Katonda, oyo atayagala wadde omwoyo ogumu okugwa mu bunnya bwa ggeyeena! Mujja kuzuula ebyo ebitayogerwangako ku bukambwa ate nga bwa ddala obuli mu magombe aga wansi aga geyeena.

www.urimbooks.com

www.ingramcontent.com/pod-product-compliance
Lightning Source LLC
LaVergne TN
LVHW021818060526
838201LV00058B/3438